तीन संगातिणी

रवीन्द्रनाथ टागोर

अनुवाद
मृणालिनी गडकरी

मेहता पब्लिशिंग हाऊस

✆ +91 020-24476924 / 24460313

Email : info@mehtapublishinghouse.com
        production@mehtapublishinghouse.com
        sales@mehtapublishinghouse.com
Website : www.mehtapublishinghouse.com

◆ *या पुस्तकातील लेखकाची मते, घटना, वर्णने ही त्या लेखकाची असून त्याच्याशी प्रकाशक सहमत असतीलच असे नाही.*

TEEN SANGI by RAVINDRANATH TAGORE

Originally Published in Bengali.

तीन सांगातिणी / दीर्घ कथासंग्रह

Translated into Marathi Language by Mrunalini Gadkari

अनुवाद   :   मृणालिनी गडकरी
                १ व्यंकटेश अपार्टमेंट, सेक्टर नं. १४८/१, २अ+१बी
                सूस रोड, पाषाण, पुणे २१.

मराठी अनुवादाचे व प्रकाशनाचे हक्क मेहता पब्लिशिंग हाऊस, पुणे ३०.

प्रकाशक   :   सुनील अनिल मेहता, मेहता पब्लिशिंग हाऊस,
                १९४१, सदाशिव पेठ, माडीवाले कॉलनी, पुणे ३०.

मुखपृष्ठ   :   सतीश भावसार
प्रथमावृत्ती   :   ऑक्टोबर, २०१५

ISBN for Printed Book 9788184988819

ISBN for E-Book 9788184988826

मनोगत

'तीन सांगातिणी' या कथासंग्रहात तीन दीर्घ कथांचा समावेश आहे. या तीन कथा म्हणजे रवीन्द्रनाथ टागोरांच्या 'रविवार', 'शेष कथा' आणि 'लॅबरेटरि' या कथांचा अनुवाद आहे. यातील 'रविवार' ही कथा प्रथम १९३९ सालच्या 'आनंदबझार पत्रिके'च्या दसरा विशेषांकात प्रसिद्ध झाली. 'शेष कथा' (अखेरचा शब्द) ही १९३९ सालीच 'देश' या पाक्षिकात आली होती. मात्र त्या वेळी ती 'छोटो गल्प' या नावाने प्रसिद्ध झाली होती. त्या नंतर नावात बदल करून आणि 'छोटो गल्प'मधील उपोद्घात गाळून 'शेष कथा' या नावाने ती 'शनिबारेर चिठी'मध्ये १९४० साली प्रसिद्ध झाली. 'लॅबरेटरि' ही कथाही १९४०मध्येच 'आनंदबझार पत्रिके'च्या दसरा विशेषांकात प्रथम प्रकाशित झाली. १९४० सालीच या तीनही कथा 'तीन संगी' या नावाच्या कथासंग्रहात समाविष्ट करण्यात आल्या.

तीन कथांच्या या संग्रहास 'तीन सांगातिणी' (तीन संगी) हे नाव देण्यामागेही कारण आहे. या कथांतील नायिकांमध्ये बऱ्याच गोष्टीत फरक असला, तरी त्यांच्यातील काही वैशिष्ट्यांत साम्य आहे. 'रविवार' या कथेतील विभा ही सुशिक्षित, व्यक्तिमत्त्वसंपन्न तरुणी ब्राह्मो आहे. ती ब्राह्मो असल्यामुळे तिचे विचार पुढारलेले आहेत. कॉलेजमध्ये मुलांशी बोलणे, मिसळणे यात तिला गैर वाटत नाही. अभीकचे तिच्यावर प्रेम आहे. तिलाही अभीक आवडतो. पण वडिलांना दिलेल्या शब्दासाठी ती त्याच्याशी लग्न करत नाही. मात्र त्याच्या प्रेमाशी ती प्रामाणिक आहे.

'अखेरचा शब्द'मधील अचिराही सुशिक्षित, आकर्षक आहे. नवीनमाधवशी ओळख झाल्यावर ती त्याच्याकडे आकर्षितही होते; पण

पहिल्या प्रेमावरची निष्ठा, आजोबांवरचे प्रेम आणि नवीनमाधवची आपण योग्य जोडीदारीण होऊ शकणार नाही, या विचारांमुळे ती त्याच्यापासून दूर जाण्याचा निर्णय जाणूनबुजून घेते.

'लॅबरेटरि'मधील सोहिनी ही विभा व अचिरा यांच्यापेक्षा खूपच वेगळी आहे. विभा व अचिरा या दोघी चांगल्या घरातील मुली आहेत. त्या सुस्थितीत वाढल्या आहेत. सोहिनी पतिता आहे. तिचे औपचारिक शिक्षण अजिबात झालेले नाही. तिला ज्ञान मिळाले आहे, ते तिच्या नवऱ्याकडून. तो खरोखरच विलक्षण आहे. विभा आणि अचिरा आधुनिक आणि धीट असल्या तरी समाजाने घालून दिलेल्या नीतीच्या चौकटीबाहेर पाऊल टाकण्याचा विचार त्यांच्या मनाला शिवणे शक्य नाही. या बाबतीत सोहिनी मुक्त आहे. आपल्या सौंदर्याचा उपयोग करून आपला स्वार्थ साधण्यात ती वाकबगार आहे. विभा आणि अचिरा बुद्धिमान आहेत, संभाषणचतुर आहेत, नर्मविनोद करण्यात पटाईत आहेत. अभीक आणि नवीनमाधव यांच्याशी होणाऱ्या संवादांतून आणि वादविवादांतून त्यांचे हे गुण स्पष्ट होतात; पण सुसंस्कृत स्त्रियांमध्ये दिसून येणारी मर्यादशीलता, संकोच त्यांच्या ठिकाणी स्वच्छ दिसतो. या उलट सोहिनीला कसलेच बंधन नाही. विभा व अचिरा यांच्यापेक्षा ती वयाने मोठी असूनही उच्छृंखल आहे.

असा फरक असूनही रवीन्द्रनाथ त्यांना 'सांगातिणी' म्हणतात. कारण त्यांची व्यक्तिमत्त्व अतिशय वैशिष्ट्यपूर्ण आहे. या तिघीही आत्यंतिक निष्ठावंत आहेत. 'रविवार'मधील विभाची अभीकच्या प्रेमाप्रती जशी निष्ठा आहे, तशीच तिच्या वडिलांच्या अखेरच्या इच्छेप्रतीही. अभीकचे प्रेम आणि वडिलांची अखेरची इच्छा यांच्या कात्रीत विभा सापडली आहे. म्हणूनच अभीक जेव्हा म्हणतो, ''ज्यांना दुःख घ्यायची तुझी इच्छा नाही, ते तर आता नाहीत आणि ज्याला कठोरपणे दुःख देते आहेस, ज्याला त्यामुळे कष्ट होतात तो मात्र जिवंत आहे. हवेत वार

करताना तुला वाईट वाटतं आणि या रक्तामांसाच्या छातीवर वार करताना काहीच वाटत नाही!'' तेव्हा विभा रडायला लागते. 'अखेरचा शब्द'मधील अचिरा धीटपणे आपल्या पहिल्या प्रेमाबद्दलच्या निष्ठेची नवीनमाधवजवळ कबुलीच देते. 'लॅबरेटरि'तील सोहिनी आपल्या नवऱ्याच्या व्रताशी पूर्णपणे एकनिष्ठ आहे. त्या व्रतापुढे पोटच्या मुलीचीही ती पर्वा करत नाही.

विभा, अचिरा आणि सोहिनी या तिघीही स्वतंत्र आणि स्वावलंबी आहेत. त्या तिघीही आत्मविश्वासाने महत्त्वाचे निर्णय घेतात. त्या तिघी विचारी आहेत; पण त्या फक्त स्वतःचा विचार न करता इतरांचा, इतकेच नव्हे, तर देशाचाही विचार करतात. विभा गरीब मुलांना मदत करते, अमरबाबूंसारख्या होतकरू गणिततज्ज्ञाच्या यशासाठी पैसे खर्च करायलाही ती मागे-पुढे पाहात नाही. स्वतःचे दागिने विकून अमरबाबूंना आणि पर्यायाने स्वदेशाला साहाय्य करण्याची तिची इच्छा आहे. सोहिनीही गरीब होतकरू विद्यार्थ्यांसाठी सढळ हाताने मदत करायला तयार आहे. याबरोबरच त्या त्यांच्या प्रिय माणसांसाठी वाटेल तो त्याग करण्यास तयार आहेत. उदाहरणार्थ, अचिराला माहीत आहे की, आपले वृद्ध आजोबा पूर्णपणे आपल्यावर अवलंबून आहेत आणि आपल्याकडे आकर्षित झालेल्या नवीनमाधवच्या मनात आपल्याबद्दल प्रेमापेक्षा सहानुभूती अधिक आहे. तो आपला दुःखातून उद्धार करायला पाहत आहे आणि या खटाटोपात त्याचे स्वतःच्या कामावरचे लक्ष उडाले आहे. हे लक्षात येताच, ती पुन्हा त्यांच्या मूळ गावी पाटण्याला जायचा निर्णय ठामपणे घेते. कितीही वाईट वाटलं, सोसावं लागलं, तरी आपल्या विचारांशी विभा अढळ राहते. कारण अभीक अत्यंत लहरी, पोरकट आणि काही अंशी बेजबाबदार आहे आणि विभा हे ओळखून आहे. सोहिनी तर परिस्थितीच्या फेऱ्यामुळे या दोघींपेक्षा चलाख झाली आहे. आपल्या नवऱ्याच्या संपत्तीवर डोळा ठेवून

असणाऱ्यांना ती चार हात दूर ठेवते; पण त्या संपत्तीचा योग्य विनियोग व्हावा म्हणून तिची धडपड आहे.

रवीन्द्रनाथांनी या तीन कथांपूर्वी अनेक कथा लिहिल्या आहेत, हे आपल्याला माहीत आहेच. 'काबुलीवाला', 'पोस्टमास्तर', 'समाप्ती', 'नष्ट नीड' यांसारख्या त्यांच्या कथा तर अजरामर ठरल्या आहेत. त्यांच्या कथांचे विषय, रचना, भाषा यात विविधता तर आहेच, पण त्यांची कथा ही कथेतील व्यक्तिरेखांच्या मनाचा ठाव घेते. त्याच्या अंतरंगात शिरून त्याच्या अंत:करणाचे पापुद्रे उलगडून दाखवते. किंबहुना असे म्हटले जाते की, बंकिमचंद्र चट्टोपाध्याय यांनी बंगाली लघुकथेचा आरंभ केला, रवीन्द्रनाथांनी तिला सखोलता दिली, तर शरच्चंद्र चट्टोपाध्याय यांनी तळागाळातील माणसांचे – विशेषत: समाजाने पतित ठरवलेल्या स्त्रियांचे – चित्रण कथांतून केले. रवीन्द्रनाथांनी कथांच्या रचनांत अनेक प्रयोग केले; कथांमधील व्यक्तिरेखांमध्ये वैविध्य आणले; पण वास्तवाचा कधीच त्याग केला नाही. त्यांच्या संवेदनशील प्रतिभावंत मनाने वास्तवाला कल्पनेची जोड दिली आणि आपल्यापुढे 'काबुलीवाला', 'पोस्टमास्तर' यांसारख्या जिवंत वाटणाऱ्या व्यक्तिरेखा उभ्या केल्या. या व्यक्तिरेखा त्यांना भेटलेल्या व्यक्तींवरून त्यांनी रंगवल्या होत्या. त्यांच्या कथालेखनाच्या आरंभाच्या काळात त्यांनी 'क्षुधित पाषाण'सारख्या काल्पनिक रोमॅंटिक कथाही लिहिल्या. त्याही सरस उतरल्या आहेत.

पण रवीन्द्रनाथांच्या कथांतून चित्रित झालेला समाज, त्यातील समस्या, चालीरीती, वर्तमानाचे उमटलेले पडसाद, स्त्री, तिचे भावबंध, पुरुष, त्यांच्या भावप्रवृत्ती या सर्वांमुळे त्यांच्या कथा उत्कृष्ट ठरल्या आहेत.

'तीन सांगातिणी' या कथासंग्रहातील तीनही कथा या आधीच्या कथांपेक्षा वेगळ्या वाटतात. ते का, हे पाहणे रवीन्द्रनाथांच्या कथांच्या

आकलनासाठी आवश्यक आहे.

या पूर्वीच्या कथांची पार्श्वभूमी ही रवीन्द्रनाथांना प्रिय असलेली त्यांची मातृभूमी वंगभू होती. सुजला-सुफला वंगदेश, तेथील रुंद पात्रांच्या नद्या, नावा, नावाडी, नदीकाठी वसलेली खेडी, तेथील साधी-सरळ माणसे, बंगाली स्त्रिया, त्यांचे जीवन, गावातील जमीनदार, त्यांचे वाडे, जुने कोलकाता, तेथील नागरी वातावरण यांचे चित्रण त्यांच्या कथांतून आलेले दिसते. रवीन्द्रनाथांनी म्हटलेच आहे की, पद्मा, पद्मेकाठची गावे, तेथील माणसे, त्यांच्या हकिकती यांनीच मला कथेची सामग्री पुरवली आहे.

मात्र या कथासंग्रहातील 'रविवार', 'अखेरचा शब्द' आणि 'लॅबरेटरि' या कथांची पार्श्वभूमी वेगळी आहे. 'रविवार' आणि 'लॅबरेटरि' यातील घटना शहरात घडतात. मात्र शहराच्या नावाचा उल्लेख आढळत नाही. 'अखेरचा शब्द' ही कथा साकारते छोट्या नागपूरच्या जंगलात. म्हणजेच कथांचे भौगोलिक क्षेत्र ग्रामीण बंगालमधून शहर आणि शहरातून बंगालबाहेर असे विस्तारले आहे.

या तीन कथांच्या पूर्वीच्या कथांमध्ये बंगालमधील जमीनदार आणि त्याची जमीनदारी, रयतेशी त्यांचे नाते, त्या काळात समाजात पसरलेल्या श्रद्धा-अंधश्रद्धा, जातिभेद, गरीब-श्रीमंत भेद, ढोंगीपणा आणि माणुसकी यांचे दर्शन विशेषत्वाने घडते. 'संस्कार' या नावाची रवीन्द्रनाथांची जी कथा आहे, त्यातील नायक म्हणतो, ''माझं नाव आहे, गिरीन्द्र. पण सर्व लोक मला 'माझ्या बायकोचा नवरा' म्हणून ओळखतात. माझ्या नावालाही काही किंमत आहे, हे त्यांच्या लक्षातच येत नाही. देवाच्या कृपेने वाडवडिलांनी पैसा-अडका बऱ्यापैकी ठेवलाय. त्यामुळे समाजात मलाही प्रतिष्ठा आहे. पण या गोष्टीकडे या लोकांचे लक्ष फक्त वर्गणी गोळा करताना जाते.'' या वाक्यांतून समाजाचा ढोंगीपणा, कावा, लबाडी यावर ते फटकारे मारतात. 'तपस्विनी' या कथेत सरस्वतीने

स्वप्नात येऊन दृष्टांत देणे, नैमिषारण्याचा नव्याने शोध लागणे, एखाद्या योग्याने आरशात पाहून दूर असलेल्या माणसाबद्दल सांगणे, यातून समाजातील अंधश्रद्धाळू आणि त्यांच्या भोळेपणाचा फायदा उठवणारे भोंदू यांचे पितळ ते उघडे पाडतात. 'तीन सांगातिणी'मधील कथा अशा सर्व गोष्टींच्या पलीकडे गेलेल्या दिसतात. 'रविवार' या कथेतील नायक अभीक तर स्वत:ला नास्तिक म्हणवतो. त्याचे कुटुंब कर्मठ ब्राह्मणांचे असूनही तो सर्व प्रथा-परंपरा मोडीत काढतो. त्याचे कर्मठ वडील त्यांच्या स्वार्थाला बाधा पोहोचत नाही, तोपर्यंत मुलाच्या अशा वागण्याकडे दुर्लक्षच करतात. कारण त्यांच्या मोठ्या काकांनीही ईश्वराच्या अस्तित्वावर तोफा डागलेल्याच असतात. 'अखेरचा शब्द' या कथेत अशा गोष्टींना काही वावच नाही आणि 'लॅबरेटरि'त तर नंदकिशोर लबाडीने पैसा मिळवतो, वेश्येला – तेही पंजाबी – घरात ठेवून 'पतिव्रता' या शब्दाचा फार वेगळाच अर्थ आपल्याला सांगतो.

या पूर्वींच्या कथांमधील नायक किंवा पुरुष व्यक्तिरेखा या बहुधा जमीनदार, सुशिक्षित, तरुण, ऐषआरामात राहणाऱ्या, राजकारण आणि साहित्यावर चर्चा करत वेळ घालवणाऱ्या अथवा मास्तर, साहित्यिक, संपादक अशा रंगविलेल्या दिसतात आणि ते स्वाभाविकच होते. यासाठी 'पोस्टमास्तर', 'काबुलीवाला', 'समाप्ती', 'पहिला नंबर' यांसारख्या रवीन्द्रनाथांच्या गाजलेल्या गोष्टी पाहायला हव्यात. 'आजोबा' या कथेतील नायक म्हणतो, "मुलींच्या लग्नाच्या काळजीने बेजार झालेले लोक माझी स्तुतिस्तोत्रं गात होते आणि विविधोपचारे माझी पूजा करत होते. मी एक उत्तम स्थळ असल्याने मुलींच्या बापांनी माझी अशी पूजा केलीच पाहिजे, अशी मी माझी समजूत करून घेतली होती.'' किंवा ''रिकाम्या तिजोरीत वडिलोपार्जित वैभवशाली इतिहास ठेवण्यापेक्षा लोखंडी पेटीत वडिलांनी घेऊन ठेवलेले सरकारी रोखे माझ्या दृष्टीने जास्त मोलाचे होते.'' अशासारखे उद्गार त्या काळच्या सर्वसाधारण

तरुणांची वृत्ती मार्मिकपणे दाखवतात. 'अपरिचिता' या कथेतील 'मी फारच लाडात वाढलो आणि त्यामुळेच बहुधा कधीच मोठा झालो नाही', 'अंगठीपासून हारापर्यंत जेवढ्या प्रकारचे जडजवाहीर असतील, त्यांनी लडबडलेला माझा देह म्हणजे जणू लिलावात काढलेलं दागिन्यांचं दुकानच', 'लग्नमंडपातून मुलीच्या बापानं लग्न न करताच परत पाठवून दिलेला असा मी, हा संपूर्ण बंगालमधला पहिला आणि एकमेव पुरुष होतो.' यांसारखी वाक्ये त्या काळातील तरुणांची नेभळटवृत्ती स्पष्ट करण्यास पुरेशी ठरतात. सर्वच तरुण असे होते असे नव्हे; पण सर्वसामान्यपणे प्रवृत्ती अशा प्रकारची होती.

'तीन सांगातिणी'मधील तरुण नायक मात्र वेगळे आहेत. अभीकला श्रीमंत वडिलांनी घराबाहेर काढल्यावर तो कष्ट उपसून स्वत:च्या पायावर उभा राहतो. त्याची आई त्याला मदत करायला पाहते तेव्हा तो म्हणतो, ''जेव्हा मला या नोटेची अजिबात गरज उरणार नाही, तेव्हाच मी ती घेईन. नशिबाशी कारभार करायचा, तर खंबीरच असायला हवं. नोट हातात घेऊन दंड थोपटता येत नाहीत.'' नवीनमाधव आणि नंदकिशोरही कष्ट करून आपला जीवनमार्ग आक्रमू इच्छितात. हे तिघेही देशप्रेमी आहेत. आपल्या देशातील लोकांची उन्नती त्यांना हवी आहे. इंग्रजांच्या जोखडापासून त्यांना आपला देश मुक्त करायचा आहे. त्यामुळेच पूर्वीच्या कथांतील देखण्या, स्वच्छ पोशाखातील पुरुष व्यक्तिरेखांपेक्षा या व्यक्तिरेखा एकदम निराळ्या असल्याचे दिसते. नवीनमाधवच्या शब्दांत सांगायचे, तर पूर्वीच्या व्यक्तिरेखा या 'मुलायम बायकी' वाटणाऱ्या होत्या, तर आताच्या व्यक्तिरेखा या देखण्या असल्या तरी उन्हातान्हात किंवा कारखान्यात राबल्यामुळे राकट, पुरुषी वाटतात. पूर्वी स्वच्छ पोशाख करून, चादरीची घडी अंगावर टाकून, ढाक्क्याच्या मलमलीचे कौतुक करणारे कथानायक आता चक्क कारखान्यातील तेलाचे डाग पडलेले कपडे घालून मुसलमान कामगारांबरोबर

जेवतात. पूर्वीचे नायक वाडवडिलांच्या पैशांवर ऐषआरामात लोळत, मोठमोठ्या गोष्टींवर फक्त चर्चा करत, तर आताचे प्रत्यक्षकृती करताना दिसतात. 'डोळ्यांना झापडं लावून घाणीभोवती फिरणारा देश' सोडून अभीक 'बुद्धीचं स्वातंत्र्य असलेला देश' गाठतो, तो स्वत:ची उन्नती साधण्यासाठी! विदेशात तो जातो, ते जहाजावरचा 'स्टोकर' बनून. पण स्वत:च्या उन्नतीबरोबरच देशाची उन्नतीही त्याला हवी आहे. तो विभाला म्हणतो, ''ज्या देशात धर्मावरून दिवस-रात्र मारामारी होते, त्या देशामध्ये धर्मात ऐक्य आणेल, तो माझ्यासारखा नास्तिकच! मीच आहे भारताचा त्राता!'' ''या देशातल्या गरिबांना अक्षम, बुभुक्षित, अशिक्षित, दरिद्री म्हणूनच स्वीकारेन. 'दरिद्रीनारायण' हे नाव देऊन त्याचा जप करत बसणार नाही.'' असे म्हणणारा नवीनमाधव 'वास्तवाला वास्तवच मानून' कमर कसून काम करायचे ठरवतो. नंदकिशोर मजुराचे जिणे स्वीकारून, विज्ञानाचा रस्ता रुंद करून मुलांसाठी खुला करण्याचे ध्येय बाळगतो. हे नवीन नायक आर्टिस्ट, मेकॅनिक किंवा शास्त्रज्ञ आहेत.

हे इंग्रजांना टक्कर देऊ इच्छितात. नवीनमाधव तर क्रांतिकारकच आहे. इंग्रजांच्या विरोधात उभे राहणारे नायक या पूर्वीच्या कथांतही होते. याचे उत्तम उदाहरण म्हणजे 'ऊन-सावली' या कथेतील शशिभूषण. तो इंग्रजांच्या अन्यायाला विरोध करतो, चिडतो, संतापतो; पण अखेर एकटाच पडल्यामुळे त्यालाच शिक्षा होते.

पण आताच्या नायकांना अशा विरोधामुळे 'आपलं फुटकं नशीब पोळून निघतं, पण ब्रिटिशांच्या सिंहासनाला साधी आचसुद्धा लागत नाही.' हे कळल्यामुळे ते आपला मार्ग बदलतात. नवीनमाधवच्या लक्षात येते की, जगायचे असेल तर आदिम युगातील दोन हातांच्या नखांनी लढून चालणार नाही. या युगात यंत्रांशी यंत्रांनीच लढायला हवे. मरण सोपे आहे, पण विश्वकर्म्याचा चेला होणे तितकेसे सोपे नाही. त्याचा उद्देश स्वत:ची प्रगती करण्यापेक्षा देशाला वाचवणे हाच होता.

नंदकिशोरवर अन्याय होताच, तो भल्याबुऱ्या मार्गांनी पैसा मिळवून, भारतातील कुठल्याही विद्यापीठात नसेल, अशी लॅबरेटरि उभारतो.

येथे 'तीन सांगातिणी'मधील स्त्री व्यक्तिरेखांचाही विचार करणे आवश्यक आहे. तसे पाहिले, तर रवीन्द्रनाथांनी आपल्या कथांमधून रंगवलेल्या स्त्रिया या अबला नाहीत. स्त्री – मग ती कोणत्याही स्तरातील असो – त्यांना आदरणीयच वाटली आहे. 'पोस्टमास्तर'मधील अनाथ रतन असो, 'जीवित व मृत'मधील असहाय विधवा कादंबिनी असो की 'शिक्षा' या कथेतील अशिक्षित, स्वाभिमानी, अल्पवयस्क चंद्रा असो – अशा व्यक्तिरेखा रंगवताना त्यांचा मानभंग होईल, असे त्यांचे चित्रण रवीन्द्रनाथांनी कधीही केलेले नाही. त्यांच्या कथांमधील स्त्रिया खूप सोसतात, त्याग करतात, कठीण परिस्थितीत धैर्याने उभ्या राहतात, वेळप्रसंगी मरणाला कवटाळतात, पण लाचार होत नाहीत.

त्यांच्या काही कथांतील स्त्री-व्यक्तिरेखा आजच्या काळातही बंडखोर वाटतात. 'महामाया' या कथेतील महामाया तेजस्वी आहे. ती निर्भीड आणि धीट असल्यामुळेच वैधव्याचा डाग लागला म्हणून रडत न बसता, तिचा मित्र राजीव याच्याबरोबर निघून जाऊन नव्या जीवनाची सुरुवात करते. मात्र राजीववरच्या तिच्या विश्वासाला तडा जाताच, ती घर सोडते. 'पहिला नंबर' या कथेतील अनिलाच्या वाट्याला तिच्या नवऱ्याकडून अवहेलनाच येते, तरीही मध्यमवर्गीय संस्कारात वाढलेली अनिला सर्व सोसून आपली कर्तव्यं पार पाडत राहते. पण पहिल्या नंबरच्या घरात राहण्यास आलेला राजा सितांशुमौली पत्रातून तिला त्याच्या तिच्याविषयीच्या भावना कळवताच तिला आत्मभान येते. नवरा आणि शेजारी या दोघांचेही वागणे, तिला असह्य होते आणि ती घर सोडून जाते. 'पत्नीचं पत्र'मधील मृणाल फक्त देखणी नाहीतर बुद्धिमानही आहे. तिच्या घरात स्त्रीला 'माणूस' म्हणून अजिबात किंमत नाही. असहाय, कुरूप बिंदूला ती आश्रय देते म्हणून तिच्या घरातून

तिला विरोध होतो. पण आपल्या विचारांशी ठाम असलेली मृणाल घर सोडते आणि आपला हा निर्णय नवऱ्याला पत्रातून परखडपणे कळवते. पत्राच्या शेवटी ती लिहिते, ''तुम्हाला वाटत असेल की, मी मरायला निघालेय – भिऊ नका. अशी जुनी थट्टा मी तुमच्याशी करणार नाही. मीराबाईही बाईमाणूसच होती – तिची बेडीही काही कमी वजनाची नव्हती. तिला जगण्यासाठी मरावे लागले नाही. मीराबाई गाताना म्हणाली होती, 'सोडून दे आई-बाप, सोडून दे जे जिथं असेल ते. प्रभू, मीरा आता गुंतलीय...' हे गुंतणं म्हणजेच जगणं.''

विभा, अचिरा आणि सोहिनी या मृणालच्याच वारसदार आहेत. त्या नुसत्या जगत नाहीत; तर त्यांच्या सान्निध्यातील पुरुषांवर आपल्या विचारांची छाप पाडून त्यांच्यावर अधिकार गाजवत जगतात. अभीक, नवीनमाधव आणि नंदकिशोर हे त्यांच्यापुढे नमतात. मात्र हे नमणेही लाचारी ठरणार नाही, याची काळजी या तिघी घेतात.

आणखी एक महत्त्वाचा मुद्दा म्हणजे या तीन कथांच्या शैलीचा. या आधीच्या कथा या निवेदनातून उलगडताना दिसतात. मग तो निवेदक प्रथम पुरुषी असो की तृतीय पुरुषी. पण या कथांमध्ये संवादावर भर आहे. हे संवादही आपल्या नेहमीच्या बोलीभाषेत असूनही अत्यंत अर्थपूर्ण आहेत. रवीन्द्रनाथांनी 'साधु भाषे'ऐवजी 'चलित भाषा' वापरायला सुरुवात केली होतीच. 'साधु भाषा' म्हणजे बंगालमधील प्राचीन प्रौढ भाषा. 'चलित भाषा' म्हणजे सर्वसामान्यांची भाषा. रवीन्द्रनाथांच्या काळी बंगालमध्ये लिखित भाषा म्हणून 'साधु भाषा' वापरण्याचा प्रघात होता. रवीन्द्रनाथांनी आपल्या गद्य साहित्यात 'चलित भाषा' वापरली म्हणून त्यांच्यावर काही कमी टीका झाली नव्हती! या तीन गोष्टींत तर बोलीभाषेचाच वापर केला आहे. मी अनुवादात ती भाषा आणण्याचा प्रयत्न केला आहे.

या तीन कथांचा काळ पाहता, या कथालेखनाच्या वेळी रवीन्द्रनाथ

ऐंशीच्या घरात होते. आपल्या दीर्घ आयुष्यात त्यांनी समाजकारण आणि राजकारण यात होणारे बदल सूक्ष्मपणे न्याहाळले होते. जवळ-जवळ सर्व जग त्यांनी प्रत्यक्ष पाहिले होते. अनेक मोठ्या व्यक्ती त्यांच्या सहवासात आल्या होत्या. पहिल्या महायुद्धात जीवनमूल्यांचा जो ऱ्हास झाला होता, तो पाहून रवीन्द्रनाथ अत्यंत व्यथित झाले होते. मात्र त्यापासून काहीच धडा न घेता, जग दुसऱ्या महायुद्धाच्या उंबरठ्यावर येऊन उभे राहिले होते.

भारतीय समाजही पूर्णपणे ढवळून निघाला होता. इंग्रजी शिक्षणामुळे तरुणांच्यामध्ये जागृती झाली होती. समाजातील कुप्रथा, अंधश्रद्धा या प्रगतीला खीळ घालतात, हे त्यांना कळून चुकले होते. इंग्रजांची सत्ता असह्य वाटायला लागली होती. राष्ट्रधर्म, स्वातंत्र्य, स्वदेशाभिमान यांची दीक्षा तरुणांना मिळाली होती. रवीन्द्रनाथ, विवेकानंद यांच्यासारखे महामानव आपल्या प्राचीन संस्कृतीची महत्ता त्यांना पटवून देत होते आणि त्यांच्यात स्वाभिमान, आत्मविश्वास जागवत होते. आपली प्राचीन संस्कृती आणि पाश्चात्त्यांचे विज्ञान याची सांगड आधुनिक काळात आवश्यक असल्याचे परोपरीने समजावून सांगत होते. याचा परिणाम तरुणांवर होत होता. या तीनही कथा याच्याच द्योतक आहेत.

मी रवीन्द्रनाथांची अभ्यासक आहे. त्यांचे साहित्य मूळ बंगालीतून मराठीत अनुवादित करणे, हे आनंददायकच असते. हा आनंद 'मेहता पब्लिशिंग हाऊस'च्या सुनील मेहता यांनी मला घेऊ दिला, याबद्दल त्यांना मनापासून धन्यवाद! सहकार्याबद्दल 'मेहता पब्लिशिंग हाऊस'च्या परिवाराचे मनापासून आभार!!

— मृणालिनी गडकरी

रविवार

आमच्या या कथेचा नायक कर्मठ ब्राह्मण, विद्यासंपन्न घरातला. सांपत्तिक स्थितीचा विचार केला, तर बाप वकिली व्यवसायात पक्का मुरलेला. सध्या कोर्टात जाऊन प्रॅक्टिस करत नव्हता. घरीच बसून लोकांना सल्ला देत होता. दुसरं काम म्हणजे पूजाअर्चा करणं. धर्मकर्माच्या बाबतीत शाक्त कर्मकांडाचा विलक्षण पगडा! धर्मकर्म आणि वकिली या दोन्ही गोष्टींची मोट बांधून इहलोक आणि परलोक यांची व्यवस्थित सांगड त्यानं घातली होती. या दोन्ही गोष्टीतला तोल त्यानं कधीच ढळू दिला नव्हता.

अशा कर्मठ, रीतीरिवाजांनी घट्ट बांधलेल्या घराच्या भिंतीतील एखाद्या भेगेतून दुर्दैवानं काटेरी रोपट्याप्रमाणे एखादा नास्तिक उगवला, तर भिंत फोडणारं त्याचं मन जोरजोरात जुन्या बांधकामाला धक्के मारायला लागतं.

आमच्या नायकाच्या रूपानं कर्मठ ब्राह्मण घरात एक 'कालापहाडच'* जन्माला आला होता. त्याचं पाळण्यातलं नाव होतं – अभयाचरण. या नावात कुळधर्माचा ठसा होता. तो त्यानं घासून-घासून पुसून टाकला आणि अभीककुमार हे नाव घेतलं. आपण चारचौघांसारखे नाही, याची त्याला जाणीव होती. म्हणूनच त्याच्या नावानं, इतर नावांच्या भाऊगर्दीत अंगाला अंग घासत घामाघूम व्हावं, हे त्याच्या अभिरुचीला पटण्यासारखं नव्हतं.

---

* कालापहाड : मोगल अमलाच्या काळात या हिंदू ब्राह्मणानं मुस्लीम धर्म स्वीकारून अनेक मंदिरांचा विध्वंस केला. हा ब्राह्मण 'कालापहाड' या नावानं इतिहासात प्रसिद्ध झाला.

अभीकची ठेवण आश्चर्य वाटावं इतकी विलायती होती. उंच कणखर बांधा; गोरापान रंग; घारे डोळे; तरतरीत नाक आणि विरुद्ध पक्षाला विरोध करताना वळावी तशीच वळलेली हनुवटी. त्याचा हात म्हणजे वज्रमूठच होती. त्याच्या वर्गमित्रांपैकी ज्यांनी त्याच्याशी करमर्दन केलं होतं, ते नंतर त्याला दुरूनच रामराम करत.

आपला मुलगा नास्तिक निघाला म्हणून बाप फारसा दु:खीकष्टी नव्हता. कारण त्याचे थोरले काकाच त्यांच्या घरातलं उत्तम उदाहरण होते. त्याचं नाव, प्रसन्न न्यायरत्न. वृद्ध न्यायरत्न तर्कशास्त्रातील गोलंदाज होते. ते वेद-वादरतांमध्ये बसून ईश्वराच्या अस्तित्वावर विसर्ग आणि अनुस्वारयुक्त गोळे फेकत. मग हिंदू हसून म्हणत, "गोला खा डाला!'' या अशा गोळ्यांमुळे समाजाच्या पक्क्या भिंतीवर डागसुद्धा पडत नसे. रूढी-परंपरेचा पिंजरा घराच्या ओसरीवर टांगून ठेवून धर्मविश्वासरूपी पाखराला मोकळ्या आकाशात सोडून दिलं, तर रीतीरिवाजांना काही बाधा येत नाही! पण अभीक रुढींना वारंवार तुटक्या झाडूनं झाडून कचऱ्यात फेकून घ्यायला निघत होता. कर्मठांच्या दृष्टीनं कोंबड्या पाळणं, हा म्लेच्छाचार होता. पण अभीकनं पाळलेल्या कोंबड्या कलकलाट करत घराभोवती बिनदिक्कत फिरत आणि त्या घरातल्या बड्या बाबूला मनापासून आवडतात हेच सिद्ध करत, हे त्याच्या वडिलांना दिसत नव्हतं, असं म्हणता येणार नाही, पण ते त्याकडे काणाडोळा करत. एवढंच नव्हे, तर मित्राच्या नात्यानं कुणी सांगायला गेल्यास, तेच मोठ्यानं ओरडाआरड करून त्याला बाहेरची वाट दाखवत. अपराध अगदी धडधडीत नसेल, तर स्वत:च्या स्वार्थापोटी त्याकडे दुर्लक्ष केलं जातं.

पण एकदा अभीकनं कहरच केला. त्यामुळे त्याचा अपराध कबूल करण्याशिवाय कुणाला गत्यंतरच उरलं नाही! भद्रकाली त्यांची कुलदेवता. ती अतिशय जागृत असल्याचं बोललं जायचं. अभीकचा एक वर्गमित्र होता. त्याचं नाव होतं, भजू. तो या देवीच्या कोपाला फार भ्यायचा. अभीकला त्याची ही भीती अजिबात खपत नसे. त्याची भीती निराधार आहे हे दाखवून देण्यासाठी अभीकनं देवघरात असा काही अनाचार केला की, त्याचे वडील त्याच्यावर भयंकर संतापले. "बाहेर हो आधी माझ्या घरातून! तुझं तोंड पाहायचं नाही मला.'' ते गरजले. त्यांचा हा

संताप आणि कडक वागणूक कर्मठ ब्राह्मणाच्या वंशातल्या माणसाला शोभण्यासारखीच होती.

मुलगा आईला म्हणाला, ''मा, मी देवाला कधीच सोडलंय! तेव्हा आता देवानं मला सोडण्यात विशेष काही नाही. पण मला खात्री आहे की, मला जे दार बंद झालंय, त्याच्या एखाद्या फटीतून हात सरकवला, तर तुझा प्रसाद मिळाल्याशिवाय राहायचा नाही. त्या वेळी कुठल्याही देवाची – मग तो कितीही जागृत असो – देवगिरी चालायची नाही.''

आईनं पदरानं डोळे पुसले आणि एक नोट पुढे केली. अभीक म्हणाला, ''जेव्हा या नोटेची अजिबात गरज उरणार नाही, तेव्हाच मी ती घेईन. नशिबाशी कारभार करायचा, तर खंबीरच असायला हवं. नोट हातात घेऊन दंड थोपटता येत नाहीत.''

अभीकबद्दल आणखी एक-दोन गोष्टी सांगायला हव्यात. त्याचे दोन विचित्र शौक होते. एक म्हणजे यंत्रांची दुरुस्ती करणं आणि दुसरा चित्रं काढणं.

त्याच्या वडिलांच्या तीन-तीन गाड्या होत्या. त्या ते बाहेरगावी जाण्यासाठी वापरत. आपल्या कारागिरीचा श्रीगणेशा अभीकनं या गाड्यांपासूनच केला होता. त्याशिवाय मोटारींचा कारखाना हेही त्याचं गिऱ्हाईक होतं. आवड म्हणून तिथं त्यानं फुकटची मजुरी केली होती.

चित्रकला शिकण्यासाठी तो सरकारी आर्ट्‌स स्कूलमध्ये दाखल झाला खरा, पण काही दिवसांतच त्याची खात्री पटली की, आपण आणखी काही दिवस इथं राहिलो तर आपल्यातील कल्पकता साचेबंद होईल आणि आपण फक्त एक यंत्र होऊ! मग त्यानं तो आर्टिस्ट असल्याचा जोरदार प्रचार सुरू केला. स्वत:च्या चित्रांचं प्रदर्शन भरवलं; वर्तमानपत्रातील जाहिरातीत 'आधुनिक भारतातील सर्वश्रेष्ठ आर्टिस्ट', 'बंगालचा टाइटन' असा त्याचा परिचय करून देण्यात आला. त्यानं जेवढ्या जोरात तो आर्टिस्ट असल्याची घोषणा केली, तेवढ्याच जोरात काही लोकांच्या मनाच्या रिकाम्या गुहेतून प्रतिध्वनी उमटला. ते भारावून गेले. त्याच्याभोवती शिष्य आणि शिष्यांपेक्षा जास्त संख्येने शिष्या जमल्या. त्यांनी त्यांच्या विरोधकांना 'फिलिस्टाइन' म्हटलं; 'बूर्झ्वा' म्हणून हिणवलं.

अभीकचं नशीब फिरल्यावर त्याला शोध लागला की, त्याच्या

'आर्टिस्ट अभीककुमार' या लौकिकामागे त्याच्या वडिलांच्या पैशांची रुपेरी चमक होती. त्यामुळेच त्याच्या नावाला झळाळी आली होती. याचबरोबर आणखी एक गोष्ट त्याच्या लक्षात आली ती म्हणजे वडिलांच्या संपत्तीला तो मुकला असला तरी मुलींची त्याच्याबद्दल जी निष्ठा होती, तीत यत्किंचितही कमतरता आली नव्हती. त्याच्या भजनी लागलेल्या मुली अजूनही डोळे मोठे करत, गोड पण मोठ्या आवाजात त्याला 'आर्टिस्ट'च म्हणत होत्या. त्या एकमेकींकडे संशयानं पाहात; एकमेकींचा हेवा करत. कारण प्रत्येकीला वाटत होतं की, कलेतलं मलाच कळतं, इतरांना काहीसुद्धा कळत नाही; त्या उगाचच बढाया मारत असतात.

या नंतरची अभीकची हकिकत बरीच मोठी आणि गुंतागुंतीची आहे.

कळकट टोपी आणि तेलानं काजळलेला निळा पोशाख घालून, आधी त्यानं बर्न कंपनीच्या कारखान्यात मेकॅनिक म्हणून काम केलं. पुढे तो हेडमेकॅनिक झाला. तिथल्या मुसलमान कामगारांबरोबर चार पैशांचा पराठा आणि त्याहून कमी पैशांत मिळणारं निषिद्ध पशूचं मांस खाऊन त्यानं दिवस काढले. लोक म्हणत की, तो मुसलमान झालाय. ते कामावर गेल्यावर तो विचारायचा, ''मुसलमान काय नास्तिकांपेक्षा मोठे असतात?''

हातात थोडेफार पैसे येताच, तो अज्ञातवासातून बाहेर आला आणि संपूर्ण आर्टिस्ट होऊन बोहेमिअनी करायला लागला. पुन्हा शिष्य जमले, शिष्या गोळा झाल्या. चश्मा लावलेल्या तरुणी त्याच्या स्टुडिओत आधुनिक पद्धतीनुसार कुठलाही आडपडदा न ठेवता, स्पष्टपणे मानसशास्त्रावर चर्चा करायला लागल्या. सिगरेटच्या दाट धुरानं सगळं काजळून गेलं. एकमेकींकडे बोटं दाखवत आणि नेत्रकटाक्ष करत त्या शेरे मारायला लागल्या, ''पॉझिटिव्हली व्हल्गर.''

विभा मात्र या मंडळींपासून दूर होती. विभाशी अभीकची ओळख कॉलेज जीवनाच्या सुरुवातीसच झाली होती. तेव्हा अभीक फक्त अठरा वर्षांचा होता. तारुण्याची कांती त्याच्या देहावर पसरली होती. त्याच्यापेक्षा वयानं मोठ्या असणाऱ्या मुलांनीही अगदी सहजपणे त्याचं नेतृत्व मान्य केलं होतं.

ब्राह्मो समाजात वाढल्यामुळे विभा न संकोचता मुलांत मिसळत असे. पण कॉलेजचा अनुभव वेगळाच आला. काही मुलांच्या हसण्या-बोलण्यातून, हाव-भावांतून त्यांचा असभ्यपणा व्यक्त व्हायला लागला. एके दिवशी एका शहरातल्या मुलानं मर्यादा ओलांडली. ते अभीकच्या नजरेला पडताच त्यानं त्या मुलाला फरफर ओढत विभासमोर आणून उभं केलं आणि त्याला क्षमा मागायला सांगितलं. त्या मुलाला खळखळ करत का होईना, क्षमा मागावीच लागली. या प्रसंगानंतर विभाला सांभाळण्याची जबाबदारी अभीकनं उचलली. यावरून त्याला बरेच टोमणे खावे लागले, पण त्याच्या रुंद छातीनं त्यांना धुडकावून लावलं. त्यानं त्यांच्याकडे अजिबात लक्ष दिलं नाही. लोकांची कुजबुज ऐकून एकीकडे विभा ओशाळी व्हायची, पण त्याचबरोबर तिला एक रोमांचक आनंदही व्हायचा. विभाकडे रूपापेक्षा लावण्य जास्त होतं. ती सगळ्यांचं लक्ष का वेधून घ्यायची, हे सांगणं कठीण होतं. अभीक तिला एके दिवशी म्हणाला, ''परक्याच्या मेजवानीत 'मिष्टान्नमितरे जना:।' पण तुझं सौंदर्य इतरेजनांचं मिष्टान्न नाही. ते फक्त आर्टिस्टचं, लिओनार्दो दा व्हिंचीच्या चित्राशी मिळतंजुळतं आहे. इन्स्क्रूटबल!''

एकदा कॉलेजच्या परीक्षेत विभानं अभीकवर बाजी मारली. मग काय! ही रडारड आणि हा राग! जणू तिचाच अपमान झाला होता! ती म्हणाली, ''तू सारखा चित्रं काढत बसतोस म्हणून परीक्षेत मागे पडतोस. मला फार ओशाळं वाटतं.''

हे विभाचं बोलणं नेमकं जवळच्या व्हरांड्यात उभ्या असलेल्या विभाच्या मैत्रिणीनं ऐकलं. डोळे मिचकावत ती म्हणाली, ''हाय रे! तुझ्या गर्वानं मी गर्ववती, तुझ्या रूपानं मी रूपवती!''

अभीक म्हणाला, ''विद्या मुखोद्गत करणाऱ्या दिग्गजांना मी मार्क नसलेल्या कोणत्या परीक्षेत पास होतोय, याची कल्पनाच नाही. माझं चित्रं काढणं तुझ्या डोळ्यांत पाणी आणतं आणि तुझी कोरडी विद्वत्ता पाहून माझ्या डोळ्यांतलं पाणी सुकून जातं. तुला नाहीच समजायचं कारण तू डोळे मिटून बसतेस नामवंत मंडळींच्या पायापाशी आणि मी बसतो बदनाम झालेल्या मंडळींचा शिरोमणी होऊन.''

चित्र काढण्यावरून दोघांत चांगलाच वाद होता. विभाला अभीकच्या चित्रांतलं खरंच काही कळत नसे. त्यानं काहीही चितारलं, तरी इतर

मुली ते पाहून त्याला डोक्यावर घेत, त्याचा सत्कार करत. विभाला हे अडाण्यांचं ढोंग वाटायचं, लाज वाटायची. पण विभानं स्तुती केली नाही म्हणून अभीक मनातल्या मनात संतापानं चडफडायचा. बाकी लोक त्याच्या चित्रकारीला वेडेपणा म्हणत. विभाही त्यांच्यात सामील होते, हे त्याला अजिबात सहन होत नसे. त्याला वाटायचं की, एके दिवशी तो युरोपला जाईल आणि तिथं जेव्हा ते लोक त्याचा जयजयकार करतील, तेव्हा विभा बसेल जयमाला गुंफायला!

रविवारची सकाळ. ब्रह्ममंदिरातील उपासना करून विभा घरी आली. पाहते तो अभीक तिच्या खोलीत बसलेला. पुस्तकांच्या पार्सलचा ब्राऊन पेपर कचऱ्यात पडला होता. तो घेऊन काळ्या शाईनं रेघोट्या ओढत त्याचं चित्र काढणं चाललं होतं.

विभानं विचारलं, ''अचानक इकडे?''

अभीक म्हणाला, ''योग्य असं कारण सांगता येईल पण ते महत्त्वाचं असणार नाही आणि महत्त्वाचं कारण स्पष्टपणे सांगितलं तर ते योग्य वाटणार नाही. पण काही असलं तरी चोरी करायला आलो होतो, असा संशय घेऊ नकोस.''

विभा तिच्या डेस्कपाशी जाता जाता म्हणाली, ''गरज म्हणून जरी चोरी केलीस तरी पोलिसांना कळवणार नाही.''

अभीक म्हणाला, ''गरज तर तोंड वासून नेहमीच उभी असते. दुसऱ्याचं धन लांबवणं अनेक क्षेत्रांत पुण्यकर्म मानलं जातं. म्हणूनच तर मी चोरी करत नाही. उगाच माझ्या पवित्र नास्तिकपणावर ठपका नको. आमच्या 'नेति' देवाची लाज राखण्यासाठी आम्हाला फार काळजीपूर्वक वागावं लागतं.''

''फार वेळ बसला आहेस का?''

''हो आणि बसल्या-बसल्या सायकॉलॉजिच्या एका महाकठीण प्रॉब्लेमचा विचार करत होतो. म्हटलं तू एवढी शिकतेस, वर-वर पाहता बुद्धी असल्याचं दिसतं, मग देवावर विश्वास कसा ठेवतेस? अजून काही हा प्रश्न मला सुटलेला नाही. मला वाटतं वरचेवर इथं येऊन हा रिसर्च मला पुरा करावा लागणार.''

''पुन्हा मागे लागलास का माझ्या धर्मावरून?''

"त्याचं कारण तुझा धर्म माझ्या मागे लागला. आपल्या दोघांतला दुरावा मनाला फार लागणारा आहे. त्याला मी कधीच माफ करणार नाही. मला बुद्धी आहे म्हणून तू ज्याच्यावर विश्वास ठेवतेस त्याच्यावर मी नाही विश्वास ठेवू शकत. म्हणून तर आपलं लग्न होत नाही. पण तू खरं-खोटं कशावर का विश्वास ठेवेनास, मला तुझ्याशी लग्न करण्यात काहीच अडचण नाही. नास्तिकाला काही तू जातीबाहेर काढू शकत नाहीस. माझ्या धर्माचा मोठेपणा यातच तर आहे! माझ्या दृष्टीनं सगळ्या देवांपेक्षा तू सत्य आहेस आणि ही गोष्ट खोटी ठरवू शकेल किंवा मला या गोष्टीचा विसर पाडू शकेल, असा एकही देव माझ्यासमोर नाही.''

विभा गप्प बसून राहिली. थोड्या वेळानं अभीकच म्हणाला, "तुझा देव काय माझ्या बाबांसारखाच आहे वाटतं! माझ्याशी संबंधच तोडून टाकलेत?''

"अरे, अरे! काय बडबडतो आहेस हे!''

त्याच्याशी लग्न न करण्याचं विभाचं कारण काय आहे, हे अभीक जाणून होता. त्याला ते विभाकडून वदवून घ्यायचं असायचं, पण ती गप्पच राहायची.

जन्मापासूनच विभा पूर्णपणे तिच्या बाबांची मुलगी होती. एवढं प्रेम, एवढी भक्ती आणखी दुसऱ्या कुणावरही ती करू शकत नव्हती. तिचे वडील – सतीश – यांनीही तिच्यावर जिवापाड प्रेम केलं होतं. त्यामुळे तिच्या आईच्या मनातही थोडा मत्सर होता. विभानं बदकं पाळताच तिची आई कटकट करायला लागली होती. म्हणाली होती, "फार पकऽऽ पकऽऽ करतात.'' विभानं निळ्या साडीवर निळा ब्लाउज शिवताच ती म्हणाली होती, "तुला हा रंग अजिबात शोभत नाही.'' विभाचा आपल्या मामेबहिणीवर खूप जीव होता. विभानं तिच्या लग्नाला जायचं म्हणताच, आईनं मलेरिया असल्याचं कारण पुढे केलं होतं.

प्रत्येक गोष्टीला आई अडवत असल्यानं विभा वडिलांवर जास्तीतजास्त अवलंबून राहायला लागली होती. वडीलच आपल्याला आधार देतील, असं तिच्या मनानं पक्कं घेतलं होतं.

तिची आई आधी वारली. त्यानंतर वडिलांची सेवा हेच बरेच दिवस

तिच्या आयुष्याचं व्रत झालं होतं. वडिलांची इच्छा हीच तिची इच्छा होती. सतीश यांनीही आपला सगळा पैसाअडका मुलीलाच दिला होता. पण ट्रस्टींतर्फे तिला महिन्याला ठरावीक पैसे नियमित मिळत. मोठी रक्कम योग्य वरासाठी. वडिलांच्या आदर्शानुसार योग्य वर कोण ते विभाला ठाऊक होतं. कमीतकमी अयोग्य कोण याबद्दल तिच्या मनात शंका नव्हती. एकदा अभीकनं हा विषय काढला होता. ''ज्यांना दु:ख द्यायची तुझी इच्छा नाही, ते तर आता नाहीत आणि ज्याला कठोरपणे दु:ख देते आहेस, ज्याला त्यामुळे कष्ट होतात तो मात्र जिवंत आहे. हवेत वार करताना तुला वाईट वाटतं आणि या रक्तामांसाच्या छातीवर वार करताना काहीच वाटत नाही!'' हे ऐकताच विभा रडत-रडत निघून गेली. अभीकला समजून चुकलं की, देवावरून वाद घालता येईल; पण वडिलांवरून अजिबात नाही.

दहाचा सुमार असेल. विभाची भाची सुश्मी आत येऊन म्हणाली, ''आत्या, वेळ होतोय.''

तिच्या हातात चाव्यांचा जुडगा देत विभा म्हणाली, ''शिधा काढून घे. मी आलेच.''

बेकारांना कामाचं बंधन नसतं, तरी त्यांचं काम वाढतच जातं. विभाच्या संसारातही तेच घडत होतं. तिला जवळचं फारसं कुणी नव्हतंच म्हणून दूरच्या नातेवाइकांनी ती जागा भरून काढली होती. या स्वत:च मांडलेल्या संसारातील सर्व कामं स्वत:च करायची तिला सवय होती. उगाच नोकराचाकरांनी कुणाशी उद्धटपणा करायला नको! अभीक म्हणाला, ''तू आता इथून गेलीस तर फक्त माझ्यावरच नव्हे, तर सुश्मीवरही अन्याय होईल. तिला तिचं काम करू दे ना! डॉमिन्यन स्टेट्स. आजच्या दिवसतरी! त्याशिवाय आज मला तुझी परीक्षा घ्यायचीय. कधीच तुझ्याशी कामाचं बोललो नाही. आज बोलून पाहणार आहे. नवीन अनुभव येईल.''

विभा म्हणाली, ''तसंच होऊन जाऊ दे. आता वाट कसली पाहतोस!''

अभीकनं खिशातून एक चामड्याची केस काढली. त्यात एक मनगटावरचं घड्याळ होतं. घड्याळ प्लॅटिनमचं होतं, पट्टा सोन्याचा

होता आणि त्यावर ठिपके होते, ते हिऱ्याच्या चुऱ्याचे. तो म्हणाला, "मी हे तुला विकावं म्हणतो."

"कमाल आहे. हे विकणार आहेस?"

"हो. त्यात आश्चर्य वाटण्यासारखं काय आहे?"

विभा क्षणभर गप्प बसली. मग म्हणाली, "हे घड्याळ तर मनीषानं तुला वाढदिवसाला दिलंय. मला तर वाटतं तिच्या हृदयातील व्यथा अजून त्यात धकधक करतेय. तुला योग्य भेट देण्यासाठी तिनं किती टोमणे खाल्ले, किती खर्च केला आणि तिला किती त्रास झाला ठाऊक आहे ना?"

"हा दगड तर तिनंच दिला. पण शेवटपर्यंत कुणी दिला ते कळू दिलं नाही. अग, मी काही मूर्तिपूजक नाही, हृदयात प्रतिष्ठापना करून रात्रंदिवस शंख आणि घंटा वाजवत बसायला."

"कमाल आहे तुझी! अरे, काही महिन्यांपूर्वीच टाइफॉइडनं –"

"आता ती तर सुखदुःखाच्या पलीकडे गेलीय."

"शेवटच्या क्षणापर्यंत तिची खात्री होती की, तू तिच्यावर प्रेम करतो आहेस म्हणून."

"चुकीचं नव्हतं ते."

"मग?"

"मग आणखी काय? ती तर नाही. पण तिनं प्रेमानं दिलेलं दान आजही मला फायदा करून देत असेल, तर आणखी काय पाहिजे!"

विभा दुखावली गेल्याचं तिच्या चेहऱ्यावरून जाणवत होतं. क्षणभर थांबून ती म्हणाली, "एवढे लोक असताना माझ्याकडे विकायला का आलास?"

"कारण तू किमतीवरून घासाघीस करणार नाहीस हे माहीत आहे म्हणून."

"म्हणजे सगळ्या कोलकात्याच्या बाजारात ठकवायला फक्त मीच आहे वाटतं!"

"याचा अर्थ प्रेम खुशीनं फसतं."

जो हट्टानं पण छाती फुगवून पोरकटपणा करतो, त्याच्यावर रागावणंही कठीण! हे त्याचं वागणं विभाला अडचणीत टाकणारं आहे, याची त्याला पुसटशीही कल्पना नव्हती. त्याचा हा अकृत्रिम सहज अविचार,

योग्य-अयोग्याच्या मर्यादा सहजपणे ओलांडणं यामुळेच मुली त्याच्याकडे विशेष करून ओढल्या जात. त्याला बोलणं त्यांना जमत नसे. कर्तव्याचा विचार करून चालणाऱ्या पुरुषांची स्त्रिया पायधूळ घेतात आणि जो चूक की बरोबर याचा विचारच करत नाही, बेलगामपणे वागतो, त्याला आपल्या बाहुपाशात बांधून टाकतात.

डेस्कवरच्या ब्लॉटिंगपेपरवर निळ्या पेन्सिलीनं उगाचच रेघोट्या मारल्यावर विभा म्हणाली, ''अच्छा! माझ्या हातात काही पैसे आहेत, ते मी तसेच तुला देते. पण काही झालं तरी हे घड्याळ मी विकत घेणार नाही.''

डिवचला गेल्यासारखा; अभीक जोरात म्हणाला, ''भीक? तुझ्यासारखा श्रीमंत असतो, तर तुझा पैसा भेट समजून घेतला असता आणि तेवढ्याच किमतीची परतभेट दिली असती. अच्छा! पुरुषाचं कर्तव्य मीच करतो. हे घड्याळ घे. मला एकही पैसा नको.''

''बायकांना घ्यायचंच ठाऊक असतं. त्यात काही लाजण्यासारखं नाही. पण म्हणून हे घड्याळ नको. बरं, हे तू का विकायला निघाला आहेस ते तरी ऐकू दे.''

''ऐक तर मग! तुला माहीतच आहे की, माझी एक महाहट्टी फोर्ड आहे. तिच्या चालचलवणुकीतील ढिलेपणा फारच वैताग आणणारा आहे. मी म्हणून तिचं सगळं चालवून घेतोय. आठशे रुपये दिले, तर तिच्या बदल्यात तिच्या बापजाद्यांच्या वयाची एक जुनी क्रिसलर मिळण्याची आशा आहे. माझ्या हातगुणानं तिला कोरीकरीत करू शकेन.''

''पण क्रिसलर घेऊन काय करशील?''

''लग्न करण्यासाठी नक्कीच जाणार नाही.''

''असं सभ्य काम तू करणं शक्यच नाही.''

''बरोबर बोललीस. मग आता तुलाच विचारतो. शीलाला पाहिलंस? कुलदा मित्तरची मुलगी?''

''पाहिलंय. जिथं-तिथं तुझ्याच बरोबर तर असते.''

''मोठ्या घमेंडीत इतर मुलींना बाजूला सारून माझ्यापाशी जागा

करून घेतलीय तिनं! मॉडर्न आहे. कडव्यांना धक्का देण्यात तिला मोठा आनंद वाटतो.''

''एवढंच नाही काही! इतर बायकांना टोचून बोलून दुखावण्यातही काही कमी आनंद होत नाही तिला!''

''माझ्या मनात हे होतंच, पण तुझ्या तोंडून ऐकायला बरं वाटलं. अच्छा, अगदी मोकळेपणानं सांग की, या मुलीचं देखणेपण काही वेगळंच नाही? देवानं तिला अगदी भरभरून दिलंय ना?''

''सुंदर मुलींच्या बाबतीतच देवाची आठवण होते वाटतं!''

''अग, मनातला राग, चीड दाखवायला समोर कुणी नको? म्हणून घेतलं झालं देवाचं नाव! दु:खकष्टात राग काढायची गरज वाटली, तेव्हा रामप्रसादांनी* कालीलाच समोर उभं केलं. ते म्हणाले, 'पुन्हा कधी तुला 'मा' म्हणणार नाही. एवढे दिवस आळवणी करून जे फळ मिळालं, आळवणी करण्याचं सोडून दिल्यावर त्यापेक्षा फारसं वाईट होणार नाही.' असं म्हणून त्यांनी आपला राग काढला. मीही राग काढण्यासाठी देवाचं नाव घेतलं.''

''कुणावर राग?''

''सांगतो. शीलाला घेऊन फुटबॉलच्या मैदानावर जात होतो. माझी गाडी... चालली होती, खडखडाट करत. तिचा धूर मागून चालत येणाऱ्या लोकांच्या नाकातोंडात जात होता. तेवढ्यात ती पाकडाशीबाई गं... ओळखतेस ना तिला? ती ग उंच... काठीसारखं म्हणणंही धाडसाचं होईल! आली एकदम कुठूनतरी नव्या कोऱ्या फियाटमधून. हात दाखवून रस्त्यातच थांबवलं मला. मग उगाचच इकडची तिकडची चौकशी. पण सगळं लक्ष माझ्या गाडीकडे. रंग उडालेल्या हुडकडे आणि मोडक्या फुटबोर्डकडे डोळ्यांच्या कोपऱ्यातून अशी कुचेष्टानं पाहत होती! तुझा देव जर खरंच साम्यवादी असता, तर त्यानं बायकांना वाटेल तिथं असे चाळे करून मनातली खदखद उघड करू दिली नसती.''

---

* रामप्रसाद : रामप्रसाद सेन हे यांचे पूर्ण नाव. ते कालीचे महान भक्त होते. त्यांनी कालीच्या स्तुतिपर जी गीते रचली आहेत, ती रामप्रसादी किंवा श्यामासंगीत या नावाने ओळखली जातात. आजही ही गीते बंगालमध्ये लोकप्रिय आहेत.

''म्हणून काय तू –''

''हो. म्हणूनच मी ठरवून टाकलं की, लवकरात लवकर क्रिसलरमधून शीलाला घेऊन जायचं – तेही पाकडाशीबाईच्या समोरून, तिच्या नाकावर टिच्चून हॉर्न वाजवत! ए, खरं सांग. तुला एवढासुद्धा म –''

''मला कशाला यात ओढतोस! देवानं मला भरभरून रूपही दिलं नाही की, माझी गाडीही तुझ्या गाडीला टक्का देण्यासारखी नाही.''

हे ऐकताच अभीक पट्कन उठून विभाच्या पायापाशी बसला आणि तिचे दोन्ही हात स्वत:च्या हातात दाबून धरत म्हणाला, ''कुणाशी कुणाची तुलना! खरंच अजब आहेस तू! अजब! तुला पाहिलं की, मला भीती वाटते, एखाद्या दिवशी अचानक देव मानायला लागायचो. माझा उद्धार व्हायचा नाही तो नाहीच! तुझ्यात मी कधीच मत्सर जागवू शकलो नाही. तू मला तरी तसं जाणवू दिलं नाहीस कधी. पण तुला माहीत –''

''चूप! मला काही माहीत नाही. फक्त तू अजब आहेस, एवढंच माहीत आहे. तू ईश्वराचं मनमोकळं हसू आहेस.''

''तू मला उघड विचारणार नाहीस, हे माहीत आहे मला. पण तुला शीलाबद्दल काय वाटतं, हे नक्कीच जाणून घ्यायचंय. मला समजतंय ना तुझं मन. तिची मला सवय लागत चाललीय. लहान असताना सिगरेटची सवय लागली होती ना तशी. चक्कर आली, तरी सोडाविशी वाटायची नाही. तोंड कडू व्हायचं, पण मन गर्वानं फुलायचं. एखाद्याला हळूहळू कसं गुंतवत जायचं, हे शीलाला चांगलं कळतं. स्त्रियांच्या प्रेमात जी धुंदी असते ना तीच आमची स्फूर्ती. मी आर्टिस्ट आहे आणि ती म्हणजे माझ्या शिडातला वारा. ती नसेल तर माझा कुंचला अडून बसेल पुळणीत. मला माहीत आहे की शीला माझ्याजवळ असली की, तिच्या हृदयात आग भडकलेली असते. डेंजरस सिग्नल! त्याची धग माझ्या नसानसांत पोहोचते. गैरसमज करून घेऊ नकोस. हे तपस्विनी! तुला हा रंगेलपणा वाटेल, पण ही माझी प्रेरणा आहे.''

''म्हणून तुला क्रिसलरची एवढी गरज आहे तर!''

''कबूल. शीलात गर्व जागा झाला की, ती जास्तच खुलून दिसते. स्त्रियांना याचसाठी तर एवढे दागिने आणि कपडे आवश्यक असतात. आम्हाला हवी असते स्त्रियांकडील माधुरी आणि त्यांना हवं असतं

ऐश्वर्य. पुरुषांच्या ऐश्वर्याच्या सोनेरी प्रभेवर त्यांचं सौंदर्य जास्त उठून दिसतं. पुरुषांचं महत्त्व वाढवण्यासाठी निसर्गानं योजलेली ही युक्ती आहे. खरं की नाही?''

''असेलही खरं! पण ऐश्वर्य कशाला म्हणायचं हा वादाचा विषय आहे. क्रिसलर गाडीला ऐश्वर्य मानणारं माणूस, माझ्या मते पुरुषाला कमी लेखतं!''

अभीक एकदम उत्तेजित होऊन म्हणाला, ''माहीत आहे. माहीत आहे. तू ज्याला ऐश्वर्य मानतेस त्याच्या सर्वांत उंच शिखरावर नेऊन बसवलं असतंस मला. पण तुझा देव मधेच आडवा आला.''

अभीकच्या हातातून आपला हात सोडवून घेत विभा म्हणाली, ''सारखी-सारखी हीच गोष्ट मला सांगू नकोस. मी तर बरोबर याच्या उलट ऐकलंय. लग्न म्हणजे आर्टिस्टच्या दृष्टीनं गळ्याला लागलेला फास. स्फूर्तीबिर्तींचा गळा घोटून टाकणारा. तुला मोठं करता आलं असतं, माझ्यात तेवढी हिंमत असती तर –''

अभीक गदगदून म्हणाला, ''करता आलं असतं काय, केलंयस! माझं ऐश्वर्य तुला ओळखू आलं नाही, हे तर माझं दुःख आहे. जर ओळखलं असतंस तर सगळं कर्मकांड बाजूला सारून, धर्माची बंधनं तोडून माझी जोडीदारीण होऊन माझ्याजवळ येऊन उभी राहिली असतीस. कुणाचं ऐकलं नसतंस. नाव तीराला लागलीय. पण यात्रेकरूला तीर्थाचा घाट सापडू नये, अशी स्थिती झालीय माझी! बी, माझ्या मधुमक्षिके, कधी तुला माझी पूर्णपणे ओळख पटेल!''

''जेव्हा मला तुझी पुन्हा कधीही गरज पडणार नाही तेव्हा!''

''सगळे पोकळ शब्द. खोटे, फुगवलेले. सरळ कबूल का करत नाहीस की माझ्यावाचून तुझं चालणार नाही. त्यासाठीच तर तुझं तनमन अधीर झालंय. माझ्यापासून हे लपून राहणार आहे का!''

''मी कशाला बोलू! आणि बोलून काय होईल! लपवीन तरी कशाला! मनात काही असो, मी काही भिकारी नाही.''

''पण मी आहे ना भिकारी! मी रात्रं-दिवस तुझी भीक मागत असतो. मला तू हवी आहेस.''

''आणि त्याबरोबर क्रिसलर गाडीही हवी.''

''हाच, हाच मत्सर बरं! 'पर्वतो वन्हिमान धूमत्‌.' मधून-मधून

मत्सराचा धूर दाट होऊ देत. प्रेमाची आतली सुप्त आग दिसू देत. तुझं मन म्हणजे काही विझलेला ज्वालामुखी नाही. धगधगता व्हेशुव्हियस आहे.'' एवढं बोलून अभीक उठला आणि हात उंचावून म्हणाला, ''हुर्रेऽऽ''

''काय रे हा पोरकटपणा! यासाठीच आज सकाळीच आला होतास वाटतं प्लॅन करून?''

''हो, तसंच. कबूल. प्लॅन करूनच आलो होतो. नाहीतर माझे इतके चाहते आहेत की, हे घड्याळ काहीही सबब न सांगता वाटेल त्या किमतीला विकलं गेलं असतं. पण तुझ्याकडून फक्त किंमत वसूल करायला आलो नव्हतो. जिथं तुझं दुखणं आहे, तिथं घाव घालून ओंजळ पसरणार होतो. पण माझं नशीब! नाही जमलं हे, नाही जमलं ते!''

''तुला काय ठाऊक! नशीब काही नेहमी आयुष्याबरोबर पत्ते खेळत नसतं! पण एक तुला सांगून ठेवते, तू मधून-मधून विचारात असतोस ना की तुझ्या या सगळ्या लीला बघून माझ्या मनाला लागतं की नाही. तर लागतं. खरं सांगते लागतं.''

अभीक उत्तेजित होऊन म्हणाला, ''ही तर चांगली बातमी आहे.''

विभा म्हणाली, ''इतकं हरखून जाऊ नकोस. हा मत्सर नाही. अपमान आहे. मुलींच्या गळ्यांत गळा घालणं, कशाचाही संकोच न वाटणं, असभ्यपणे सगळं सांगणं, यातून सगळ्या स्त्रीजातीबद्दल तुला असलेला अनादर दिसतो. मला हे नाही आवडत.''

''हे काय बोलतेस तू! आदर ही व्यक्तिगत गोष्ट नाही? मी काय प्रत्येकीबद्दल आदर बाळगत फिरू म्हणतेस? मालाची काही पारख करायची नाही, एकदम होलसेल आदर! याला म्हणतात 'प्रोटेक्शन.' धंद्यात कृत्रिम कर बसवून दर वाढवायचा.''

''उगीच वाद घालू नकोस.''

''म्हणजे तू वाद घातला तर चालतो. मी घालायचा नाही. काळ मोठा कठीण आलाय, हेच खरं! बायका बोलणार आणि पुरुष चूप बसणार!''

''अभी, तू फक्त वाद घालण्यासाठी कारण शोधत असतोस. तुला चांगलं ठाऊक आहे, मला काय म्हणायचंय ते! मुलींपासून स्वाभाविकपणे

अंतर राखून चालणं यातच सभ्यपणा आहे.''

''स्वाभाविकपणे दूर राहायचं की अस्वाभाविकपणे? आम्ही आहोत मॉडर्न. खोटी सभ्यता वगैरे नाही मानत. शुद्ध सहजपणा मात्र मानतो. शीलाला घेऊन खदखदत जाणाऱ्या फोर्डमधून जाताना शीला माझ्या शेजारीच बसणार ना की स्वाभाविक सभ्यता दाखवण्यासाठी मधे दीड हात अंतर ठेवून तिचा अपमान करायचा?''

''अभी, तुम्हीच स्त्रियांना विशेष किंमत देऊन चढवून ठेवलंय. स्वत:च्या गरजेनुसार त्यांच्याशी खेळ करू नका. त्यांना दिलेली किंमत आता काढून घेतलीस तर तुझ्याच दिमाखाला तडा जाईल. तू जे कमावलं आहेस ते वाया जाईल, पण तुझ्याशी वाद घालून काय उपयोग? मॉडर्न युगच फसवणूक आहे.''

अभीकनं उत्तर दिलं, ''मी फसवणूक म्हणणार नाही. म्हणेन कोडगेपणा. पूर्वीचा शंकर डोळे मिटून ध्यानाला बसलाय आणि आताचे त्याचे नंदी-भृंगी आरशात पाहून तोंडं वेडीवाकडी करताहेत – म्हणजे डीबन्कींग गं! या युगात जन्मलोय, बम् भोलानाथचा चेला बनून डोळे आकाशाकडे लावून बसू नाही शकणार! नंदी-भृंगीसारखे चाळे केले तरच आजकाल नाव होतं!''

''ठीक आहे. मग फिर सगळीकडे वेंगाडून दाखवत. पण त्या आधी एक गोष्ट मला खरी-खरी सांग. तुझ्या लाडीगोडीनं या तमाम मुली तुझ्याभोवती नाचतात. त्यामुळे तुझ्या अभिरुचीची धार बोथट नाही होत? तू सारखं-सारखं थ्रिल-थ्रिल म्हणत असतोस, ते या गडबड-गोंधळात पायदळी तुडवलं जात नाही?''

''आता खरं तेच सांगतो. ज्याला 'थ्रिल' किंवा 'एक्स्टसी' म्हणतात ना ती असते पहिल्या नंबरची गोष्ट. नशिबानं केव्हातरी मिळणारी! आणि तू जो गडबड-गोंधळ म्हणतेस ना, तो आहे दुकानातला सेकंड हॅन्ड माल. कुठं डाग पडलेला, कुठं फाटलेला. पण तोही विकला जातो. अर्थात कमी किमतीत. उत्तम गोष्टीसाठी पुरीच्या पुरी किंमत किती जण देऊ शकतात?''

''तू देऊ शकतोस, अभी! नक्की देऊ शकतोस. तुझ्या हातात आहे ते. पण तुझा स्वभावच विचित्र आहे. तुम्हा आर्टिस्ट लोकांना तुटक्या- फाटक्याचंच कौतुक वाटतं, कुतूहल वाटतं. जे अगदी पूर्ण असतं, ते

तुमच्या दृष्टीनं पिक्चर्स नसतं. जाऊ दे हा वितंडवाद! सध्या क्रिसलरचा बेत शक्य तेवढा पुढे ढकलू या.''

एवढं बोलून विभा उठली आणि पलीकडच्या खोलीत निघून गेली. थोड्या वेळानं ती परत आली आणि नोटांची चवड अभीकला देत म्हणाली, ''हे घे तुझं कंपनी सरकारचा छाप असलेलं इन्स्पिरेशन. पण म्हणून मला घड्याळ घ्यायला लावू नकोस.''

खुर्चीवर डोकं टेकवून अभी जमिनीवरच बसला होता, तो तसाच बसून राहिला. विभानं त्याचा हात ओढला, ''माझ्याबद्दल गैरसमज करून घेऊ नकोस. तुझी चणचण आहे. माझी नाही. तेव्हा –''

विभाला थांबवत अभीक म्हणाला, ''आहे. फारच चणचण आहे आणि ती तूच पुरी करू शकतेस. पण पैशानं काय होणार!''

अभीचा हात प्रेमानं कुरवाळत विभा म्हणाली, ''जे मला करणं शक्य नाही त्याचं दुःख जन्मभर आहेच. पण जे करता येतंय ते सुख माझ्याकडून का हिरावून घेतोयस?''

''नाही, नाही. अजिबात नाही. तुझ्याकडून पैसे घेऊन मी शीलाला गाडीतून फिरवू? मी असं सांगितल्यावर माझ्यावर चिडशील, रागावशील असं वाटलं होतं.''

''का रागावू? तुझा खट्याळपणा किती टिकणार आहे? याचा परिणाम शीलाला भोगावा लागेल, तुला नाही. असा पोरकटपणा कितीतरी वेळा पाहिलाय आणि मनातल्या मनात हसलेही आहे मी. मधून-मधून अशा खोड्या केल्याशिवाय तुझं चालतच नाही. पण हा द्वाडपणा नेहमीचा झाला, तर त्यातली गंमतच जाईल, हेही ठाऊक आहे मला! तुला काही मिळवण्याची इच्छा असेलही, पण दुसऱ्या कुणी तुला मिळवू पाहील, तर ते तुला सहन होणार नाही.''

''बी, मला तू फार चांगलं ओळखतेस. म्हणून तर अगदी निर्धास्त असतेस. मला मुली आवडतात; हे तुला कळलंच आहे, पण हे आवडणं नास्तिकाचं आहे, त्याला बंधन नाही. या पूजेला दगडानं बांधलेल्या देवळात कैद करणार नाही. मैत्रिणींच्या गळ्यांत गळे घालणारी कासाविशी मीही कधीमधी पाहिलीय. अशी विवश स्त्रैणता पाहून मला कससंच होतं बघ! पण माझ्या दृष्टीनं स्त्रिया म्हणजे नास्तिकांच्या देवी! म्हणजेच आर्टिस्ट लोकांच्या! आर्टिस्ट गुदमरून मरत नाही. तो तरतो आणि पार

होतो, अगदी सहजपणे. मी लोभी नाही. माझ्यावरून ज्या एकमेकींचा मत्सर करतात त्या लोभी. तू लोभी नाहीस. तुझ्या निरासक्त मनाचं सर्वांत मोठं दान म्हणजे स्वातंत्र्य.’’

विभा हसून म्हणाली, ‘‘स्तुती पुरे आता! आर्टिस्ट, तू म्हणजे सज्ञान मूल. पण आता जो खेळ तू मांडलायस, त्याचं खेळणं तू माझ्याकडूनच घेणार आहेस.’’

‘‘नैब नैबच! अच्छा! एक सांग; तुझ्या ट्रस्टींच्या हातातून हे पैसे मिळवलेस कसे?’’

‘‘स्पष्ट सांगितलं तर तुला आवडायचं नाही. तुला माहीतच आहे की, मी अमरबाबूंकडून मॅथिमॅटिक्स शिकते.’’

‘‘सगळ्या गोष्टींतच माझ्यावर बाजी मारतेस. आता शिक्षणातही ना?’’

‘‘काहीतरी बडबडू नकोस. ऐक. आदित्यमामा आमच्या ट्रस्टींपैकी एक आहेत. ते स्वत: गणितातले मेडॅलिस्ट आहेत. त्यांना खात्री आहे की, अमरबाबूंना योग्य संधी मिळाली तर ते दुसरे रामानुजन होतील. त्यांनी सोडवलेला एक प्रॉब्लेम त्यांनी आइन्स्टाइनना पाठवला होता. त्याचं उत्तर आलंय. मी पाहिलंय. अशा माणसाला मदत त्यांचा मान राखून करावी लागते. म्हणून तर मी त्यांच्याकडून गणित शिकते म्हटलं तर मामा एकदम खूश! त्यांनी शिक्षणखात्यातून काही पैसे काढून मला दिलेत. त्यातूनच मी त्यांना फी देते.’’

अभीकचं तोंड कसंनुसं झालं. हसण्याचा प्रयत्न करत तो म्हणाला, ‘‘असाही एखादा आर्टिस्ट असेल की, ज्याला संधी मिळाली तर तो मायकेल अँजेलोच्या दाढीपर्यंत तरी पोहोचू शकेल.’’

‘‘संधी मिळाली नाहीतरी तो पोहोचू शकतो. आता सांग की, माझ्याकडून पैसे घेणार की नाही?’’

‘‘खेळण्याची किंमत?’’

‘‘हो. आम्ही नेहमीच तुमच्या खेळण्यांची किंमत चुकवत असतो. त्यात चूक तरी काय! आणि नंतर कचराकुंडी असतेच.’’

‘‘आज इथंच क्रिसलरची अंत्येष्टी झाली. प्रगतिवाद्याचा प्रगतीचा वेग मोडक्या-तोडक्या दुगदुगत चालणाऱ्या फोर्डबरोबरच असू दे. आता या गोष्टीतील गोडी गेली. अमरबाबू विलायतेला जाण्यासाठी पैसे

जमवताहेत. तिथून जाऊन येऊन ते सामान्य नाहीत, हे सिद्ध करतील.''

''असं होईल, अशी आशा वाटते. त्यात आपल्या देशाचाच गौरव आहे.''

अभीक चढ्या आवाजात म्हणाला, ''तू आशा कर नाहीतर करू नकोस, पण मलाही हे असंच सिद्ध करायला हवं. त्यांना सिद्ध करणं सोपं आहे. लॉजिकचा रस्ता पक्का असतो. पण आर्ट्सचं प्रमाण रुचीच्या मार्गानं जातं आणि हा मार्ग रसिकांचा प्रायव्हेट असतो. तो काही ग्रॅंड ट्रंक रोड नव्हे. डोळ्यांना झापडं लावून घाणीभोवती फिरणाऱ्या या देशाशी माझं काही जमायचं नाही. बुद्धीचं स्वातंत्र्य असलेल्या देशात मी जाईनच. मग एके दिवशी 'मीही सामान्य नाही' हे कबूल करणं, तुइया मामांना आणि त्यांच्या भाचीलाही भाग पडेल.''

''भाचीची गोष्ट सोड. तू मायकेल अँजेलोसारखा आहेस की नाही, हे ठरवायला तिला कशाचीही वाट पाहावी लागत नाही. काही प्रमाण दिलं नाहीस तरी तिला तू असामान्य वाटतोस. आता बोल, तुला विलायतेला जायचंय का?''

''ते तर माझं केव्हापासूनचं स्वप्न आहे.''

''मग घे ना हे दान! प्रतिभेच्या चरणी माझा हा लहानसा नजराणा!''

''राहू दे, राहू दे! ते राहू दे. ऐकायला बरं वाटत नाही. गणिताच्या अध्यापकाचा महिमा सार्थक होऊ दे! माझ्यासाठी हा नाहीतरी पुढचा जन्म आहेच. पुढच्या पिढ्या माझी वाट पाहत थांबतील. मी तुला सांगून ठेवतो, एक ना एक दिवस असा येईल की, अध्र्या रात्री उशीत तोंड खुपसून तुला म्हणावंच लागेल की, माझ्या नावाबरोबर त्याचं नाव कायमचं गुंफलं गेलं असतं, पण तसं झालं मात्र नाही.''

''अभी, पुढच्या पिढीसाठी वाट नाही पाहावी लागायची. माझ्या भयंकर शिक्षेला सुरुवात झालीच आहे.''

''तू कुठल्या शिक्षेबद्दल बोलतेयस, माहीत नाही. पण तू माझी चित्रं समजू शकत नाहीस हीच तुझी सर्वांत मोठी शिक्षा आहे. नवीन युग आलंय. त्याच्या स्वागतसभेत आधुनिक मोठ्या आसनावर मला बसलेलं पाहणं तुला जमणार नाही.'' एवढं बोलून अभीक दरवाजाकडे वळला.

''कुठं निघालास?''

''मीटिंगला.''

''कसली मीटिंग?''

''सुटीत विद्यार्थ्यांना बरोबर घेऊन दुर्गापूजा करणार आहे.''

''तू पूजा करणार?''

''हो मीच करेन. कारण मी काहीच मानत नाही. माझ्या या न मानण्यामुळे जो अवकाश निर्माण झालाय ना, त्यात तेहतीस कोटी देव आणि इतर लहान-मोठे देव यांच्यात जागेवरून तणातणी अजिबात व्हायची नाही! माणसांनी देवदेवतांना घेऊन हा जो पोरखेळ मांडलाय ना, त्यासाठी माझ्या अवकाशात भरपूर जागा आहे.''

आपल्या श्रद्धेचा हा उपहास आहे, हे विभाच्या लक्षात आल्यावाचून राहिलं नाही. काहीही वाद न घालता ती खाली मान घालून बसून राहिली.

अभीक दारातून परत मागे फिरला. ''हे बघ बी, तू टोकाची नॅशनॅलिस्ट आहेस. भारताच्या एकीचं स्वप्न तू पाहत असशील. पण ज्या देशात धर्मावरून दिवस-रात्र मारामारी होते, त्या देशात धर्मात ऐक्य आणेल, तो माझ्यासारखा नास्तिकच! मीच आहे भारताचा त्राता.''

अभीकची नास्तिकता एवढी धारदार का झालीय, हे विभा जाणून होती. म्हणूनच ती त्याच्यावर रागावत नव्हती. पण याचा परिणाम काय होईल, याचा अंदाज तिला येत नव्हता. ती स्वत:जवळचं सर्वकाही द्यायला तयार होती; पण वडिलांची इच्छा मोडणं तिला शक्य नव्हतं. तिच्या वडिलांची इच्छा म्हणजे नुसतं एक मत, एक विश्वास किंवा फक्त एक वादाचा विषय नव्हता. ती इच्छा तिच्या स्वभावाचंच एक अंग होतं. त्यामुळे तिच्या विरोधात जाणं अशक्य होतं. तिनं बऱ्याच वेळा मर्यादा ओलांडायचा प्रयत्न केला. पण शेवटच्या क्षणी तिनं पाऊल मागे घेतलं होतं.

नोकरानं आत येऊन, अमरबाबू आल्याचं सांगताच, धाड-धाड जिना उतरत अभीक निघून गेला. विभाच्या मनात गलबललं. पहिला विचार तिच्या मनात आला तो म्हणजे 'आज शिकवणी नको' असं सांगून अमरबाबूंना परत पाठवावं. पण दुसऱ्याच क्षणी मन घट्ट करून

तिनं नोकराला सांगितलं, ''अच्छा! इकडेच येऊ दे त्यांना. आलेच मी. बसू दे त्यांना.''

तिनं तिची झोपण्याची खोली गाठली आणि उशी छातीशी धरून ती उपडी पडून राहिली. तिला रडू आवरेना. बच्याच वेळानं तिनं स्वत:ला सावरलं. तोंडावर पाणी मारून उसनं हसतच ती बाहेर आली, ''आज बुट्टी मारावीशी वाटत होती.''

''का? बरं वाटत नाही का?''

''नाही तसं काहीनाही. खरं सांगायचं तर रविवारची सुटी अंगात भिनलीय ना! मधूनच मन बंड करून उठतं.''

''आतापर्यंत माझ्या रक्तात सुटीचा माइक्रोब शिरायला अवसरच मिळाला नाही. पण आज मात्र मीही सुटी घेणार आहे. कारण स्पष्टच सांगतो. या वर्षी कोपनहेगनला आंतरराष्ट्रीय मॅथेमॅटिक्स कॉन्फरन्स होणार आहे. माझं नाव कसं काय तिथपर्यंत गेलं कोण जाणे! भारतातून फक्त मलाच बोलावलंय. एवढी मोठी संधी सोडता तर येत नाही.''

विभा हे ऐकताच उत्साहानं म्हणाली, ''मग जायलाच हवं तुम्हाला!''

अमरबाबू हळूच हसून म्हणाले, ''माझा 'उपरवाला' मला डेप्युटेशनवर पाठवायला तयार नाही. माझं डोकं फिरेल, अशी त्याला भीती वाटतेय. अर्थात माझ्या भल्यासाठीच आहे ही काळजी. तेव्हा आता फारशा चलाख नसलेल्या मित्राचा शोध घेणार आहे. कर्जाच्या बदल्यात मी जे तारण ठेवणार आहे, ते तराजूत तोलता येणारं नाही की कसोटीच्या दगडावर घासून त्याची परीक्षा करता येणार नाही. आम्ही शास्त्रज्ञ प्रत्यक्ष असा काही पुरावा असल्याशिवाय कोणत्याही गोष्टींवर विश्वास ठेवत नाही. व्यवहारी माणसांचंही अगदी तसंच असतं. त्यांना फसवता नाही येत.''

विभा एकदम उत्तेजित होऊन म्हणाली, ''कुठून का होईना, एखादा मित्र शोधून काढाच. नसेना का तो चलाख, त्याचा नका विचार करू.''

अमरबाबूंच्या समस्येचं असं पटकन निराकरण होणं शक्यच नव्हतं. तात्पुरता उपाय मिळाला एवढंच!

अमरबाबू मध्यम बांध्याचे, सावळे, किडकिडीत होते. त्यांचं कपाळ मोठं होतं, पुढचे केस विरळ झाले होते. दिसायला ते देखणे होते. त्यांच्याकडे पाहिल्यावर यांचं कुणाशी वैर असेल, असं वाटतच नसे.

त्यांच्या डोळ्यांत अनवधान नव्हतं, तर दुरावधान होतं – म्हणजे ते रस्त्यानं जात असतील, तर त्यांच्या सुरक्षेची जबाबदारी दुसऱ्यांना घ्यावी लागत असे. त्यांना मित्र तसे कमीच होते आणि जे काही होते त्यांना त्यांच्याकडून फार मोठ्या अपेक्षा होत्या. बाकी इतर ओळखीचे लोक त्यांना 'हाइब्राउ' म्हणून नाकं मुरडत. ते कमी बोलत त्यामुळे लोकांना ते दुष्ट्राचार्य वाटत. थोडक्यात काय तर त्यांचा संबंध फारच कमी लोकांशी होता. त्यांच्या साइकॉलॉजिच्या दृष्टीनं उत्तम गोष्ट एकच होती की लोकांचं आपल्याविषयी काय मत आहे, याचा त्यांना पत्ताच नव्हता.

विभानं अभीकपुढे आठशे रुपये ठेवले होते, ते एका अंध आवेशापोटी. विभाच्या प्रामाणिकपणाबद्दल तिच्या मामांना पूर्ण विश्वास होता. त्यांना संशय येईल, असं ती कधीच वागली नव्हती. पण स्त्रिया नियमाचं उल्लंघन एकदम कधी, कसं आणि का करतील, हे त्या संसारी माणसाच्या समजुतीच्या पलीकडचं होतं. ते पैसे अभीकला दिल्यास, त्याचा परिणाम काय होईल याची स्पष्ट कल्पना असतानाही, एका आवेगापोटी, लाजलज्जा बाजूला सारून, विभानं ते पैसे अभीकला देऊ केले होते. अभीकनं ते नाकारले होते. ते तसेच पडून राहिले होते. मात्र आता तिच्या मनात ती प्रेमाची उर्मी उरली नव्हती. त्यामुळे शिरस्ता डावलून दुसऱ्या कुणाला कर्ज देण्यास तिचं मन धजावलं नाही. मग तिनं आईकडून तिला मिळालेले दागिने विकून पैसा उभा करायचं ठरवलं. तिच्या मते अमरबाबूंना मदत ही एक प्रकारे स्वदेशालाच मदत होती.

विभानं काही मुलांना सांभाळलं होतं. या मुलांना ती शिकवत असे. आज रविवार. तेव्हा जेवणखाण आवरल्यावर तिची शिकवणी सुरू झाली खरी, पण विभानं त्यांना लगेचच सुटी दिली.

मग तिनं तिची दागिन्यांची पेटी काढली. जमिनीवर एक आस्तरण पसरून त्यावर आपले दागिने काढून ठेवले. तिच्या ओळखीच्या सोनाराला जिनं बोलावून घेतलं होतं.

तेवढ्यात जिन्यावर पावलं वाजली. अभीकच्या पावलांचा आवाज

विभानं लगेच ओळखला. प्रथम तिनं दागिने आवरून ठेवायचा विचार केला. पण नंतर विचार बदलला. ते दागिने होते, तसेच राहू दिले. अभीकपासून कोणतीही गोष्ट चोरून ठेवणं तिच्या स्वभावाविरुद्धच होतं. मग कारण काही का असेना!

अभीक आत आला. उभ्याउभ्याच त्यानं काही वेळ दागिन्यांवर नजर टाकली. काय चाललंय ते लक्षात यायला अभीकला अजिबात वेळ लागला नाही. तो म्हणाला, "असामान्याला तारून नेणारी काठी! माझ्या वेळी तू असतेस महामाया – भ्रमाचं मूळ आणि त्या प्राध्यापकाच्या वेळेस मात्र भवतारिणी – त्यांना पैलतीराला लावणारी. त्यांना माहीत आहे का की, ही अबला आपल्या नाजूक हातांच्या बळावर त्यांना पार करायचा बेत आखतेय?"

"नाही. त्यांना नाही ठाऊक."

"समजलं तर त्यांच्या कर्तृत्वाला ठेच नाही का लागायची!"

"क्षुद्र माणसानं श्रद्धेनं दान दिलं तर थोरांनी ते नि:शंकपणे घ्यावं, असंच मला वाटतं. तो त्यांचा अधिकार आहे आणि या अधिकारातूनच त्यांची कृपा स्पष्ट होते; दया दिसते."

"ते समजलं. पण तुमच्या अंगावरचे दागिने आम्हाला आनंद देण्यासाठी असतात – मग तो पुरुष कितीही सामान्य का असेना! आणि असला एखादा असामान्य म्हणून काय झालं! त्याच्या विलायतेला जाण्याच्या खर्चासाठी, तर हे मुळीच नाहीत! माझ्यासारख्या पुरुषाच्या नजरेला तर तू हे केव्हाच नजर करून टाकले आहेस! ही बघ – ही माळ – माणिक मोती जडवलेली – जेव्हा आपली फारशी ओळख नव्हती, तेव्हा ही पाहिली होती तुझ्या गळ्यात. आपली ओळखही गुंफली गेलीय हिच्यात! ही तुझ्या एकटीची नाही, माझाही हक्क आहे तिच्यावर!"

"तर मग ही तू घेऊन टाक ना!"

"तुझ्याशिवाय ही माळ घेण्यात अजिबात अर्थ नाही. ती चोरी होईल. तुझ्यासकट ती मला मिळेल, या आशेवर बसलोय. त्या आधीच ती तू दुसऱ्या कुणाला दिलीस तर मग फसवल्यासारखं नाही का व्हायचं?"

"हे सगळे दागिने आईनं माझ्या लग्नात देण्यासाठी ठेवलेत.

म्हणजे ते माझेच आहेत. पण लग्नच होणार नसेल, तर यांचा काय उपयोग! काही झालं तरी – शुभ किंवा अशुभ मुहूर्तावर – या मुलीला सालंकृत झालेली पाहता येईल, ही आशा सोडून दे.''

''अस्सं! दुसरीकडे कुठं ठरलंय वाटतं!''

''हो. वैतरणी*काठी. बरं, एक करता येईल. तुझ्या बायकोसाठी यातले काही दागिने बाजूला काढून ठेवता येतील.''

''माझ्या बायकोसाठी वैतरणी काठी जागा नाही का?''

''काहीतरी बोलू नकोस! कितीतरी चांगल्या धडधाकट मुली तुझी पत्रिका कवटाळून बसल्यात.''

''खोटं नाही बोलणार. पत्रिकेतील गोष्टी अगदीच अशक्य नसतात! शनीची दशा असताना जोडीदारिणीची उणीव फारच असह्य वाटायला लागली की, पुरुषाची साडेसाती सुरू झाली म्हणून समजावं.''

''तसं असेलही. पण एकदा का जोडीदारीण अवतरली की, थोड्याच दिवसांत सुरू होते तारेवरची कसरत. तिलाच म्हणतात – परिस्थिती!''

''म्हणजेच दुसऱ्या शब्दांत 'अटळ कैद!' जरी हे हायपोथिटिकल वाटलं, तरी शक्यतेच्या इतकं जवळ आहे की, याबद्दल वाद घालण्यात अर्थ नाही. म्हणून म्हणतो की, एखाद्या दिवशी अचानक मी लाल चेलि** नेसून 'परहस्तगतम् धनम्' होईन तेव्हा –''

''आणखी भीती दाखवू नकोस. तेव्हा मलाही अचानक कळेल की, परहस्ताची उणीव नाहीच.''

''शी! शी! बी, असं बोलणं तुला शोभत नाही. पुरुष तुम्हाला देवी म्हणून वाखाणतात. कारण पुरुष अंतर्धान पावले की. तुम्ही झुरून-झुरून मरायला तयार असता. पुरुषांना चुकूनही कुणी देव म्हणत नाही. याचं कारण उणीव जाणवताच ती दूर करण्यास ते एकदम तत्पर असतात. निष्ठा अडचणीत येते ती इथंच! 'एकनिष्ठ' हे बिरूद टिकवण्यासाठी तुम्हाला प्राण गमवावा लागतो. सायकॉलॉजि राहू दे. आता माझं म्हणणं ऐक. अमरबाबूंना अमर करण्याची जबाबदारी आमच्यावरच सोपव ना! आम्हालाही त्यांची किंमत समजतेच. दागिने

विकून पुरुषजातीला शरमिंदं करू नकोस.''

''ते नको सांगूस! पुरुषांचं यश हीच स्त्रियांची खरी संपत्ती. आपल्या देशातले पुरुष मोठे झाले की, आपणही या देशातल्या आहोत म्हणून स्त्रियांना धन्य-धन्य वाटतं.''

''हा देश तसाच व्हावा! तुझ्याकडे पाहिल्यावर मला मनापासून वाटतं तसं! आता माझं राहू दे. पुन्हा बोलू कधीतरी. अमरबाबूंच्या यशाचा मत्सर करणारे अनेक क्षुद्र लोक या देशात आहेत. असे लोक म्हणजे मोठ्या माणसांवरचे गंडांतर! पण कृपा करून माझी गणना त्या क्षुद्र लोकांमध्ये करू नकोस. मी एक फार मोठं क्रिमिनल पुण्य केलंय. ऐक, दुर्गापूजेसाठी गोळा केलेली वर्गणी माझ्यापाशी होती. ती मी अमरबाबूंच्या विलायतयात्रेच्या फंडाला देऊन टाकली. कुणालाही न विचारताच देऊन टाकली. जेव्हा हे उघड होईल तेव्हा माझ्या दुर्गभक्तांना बळीचा बकरा शोधण्यासाठी बाजारात धाव घ्यावी लागणार नाही. मी आहे नास्तिक. खरी पूजा कशाला म्हणतात ते मला समजतं. बाकी सगळे आहेत कमालीचे धार्मिक, त्यांना काय समजतंय!''

''अभीक, हे काय केलंस तू! तू ज्याला 'शुद्ध नास्तिक धर्म' म्हणतोस, त्याच्या योग्य आहे का हे काम? हा तर विश्वासघात आहे.''

''कबूल. पण माझ्या धर्माचा पाया भुसभुशीत कसा झाला ते सांगतो. माझ्या चेल्यांना मोठ्या थाटामाटात पूजा करायची होती. त्यासाठी त्यांनी कमर कसली. पण वर्गणी इतकी थोडी गोळा झाली की हसावं की रडावं तेच कळेना. यात बळीच्या बकऱ्याची शोकांतिका रंगणं शक्यच नव्हतं. पाचव्या अंकातला लाल रंग एकदम फिका पडला असता. माझी त्याला हरकत नव्हती. स्वतःच मोठ्यानं ढाक-ढोल बडवायचा आणि बकऱ्याऐवजी स्वतःच्याच हातानं भोपळ्याचा बळी द्यायचा असं ठरलं होतं. नास्तिकाच्या दृष्टीनं हे पुरेसं होतं, पण धार्मिकांच्या दृष्टीनं योग्य नव्हतं. एका संध्याकाळी माझ्या अपरोक्ष आमच्यातील एकानं साधूचं सोंग घेतलं. आणखी पाच जण बनले त्याचे चेले. त्यांनी एका श्रीमंत विधवेला गाठलं. ते तिला म्हणाले, 'जगदंबेनं स्वप्नात येऊन दृष्टान्त दिलाय की, तुम्ही थाटामाटात पूजा केली नाहीत आणि धष्टपुष्ट बकऱ्याचा बळी दिला नाहीत, तर रंगूनमध्ये नोकरी करणाऱ्या तुमच्या मुलाला ती खाऊन टाकेल.' अतिला पिळून

त्यांनी तिच्याकडून पाच हजार रुपये काढले, हे ज्या दिवशी माझ्या कानावर आलं, त्याच दिवशी मी पैशांना सद्गती दिली. त्यामुळे मी जातीला मुकलो. पण पैशावरचा डाग टळला. तुझ्याजवळ कबुली दिली. आता पापही धुतलं गेलं. आता फक्त एकोणतीस रुपये उरलेत, ते ठेवलेत भोपळ्यासाठी.''

तेवढ्यात सुश्मी तिथं आली. ती म्हणाली, ''दिदी, जरा येतेस का! बच्चू बेन्याचा ताप बराच वाढलाय. खोकतोही तो. डॉक्टरांनी काय लिहून दिलंय ते पाहायला हवं.''

विभाचा हात घट्ट धरून अभीक म्हणाला, ''हे विश्वहितैषिणी, दिवस-रात्र रोग्यांची सेवा करतेस. पण निरोगी, दुर्दैवी आहे एक जण, त्याची साधी आठवण ठेवायला तुला वेळ नाही ना?''

''जगाचं हित नाही बरं! कोणी एक निरोगी दुर्दैवी आहे ना, त्याला विसरण्यासाठी मला एवढं काम करावं लागतं. आता सोड. बघून येते त्याला. तोपर्यंत माझे हे दागिने सांभाळ.''

''आणि माझ्या लोभाला कोण सांभाळेल ग?''

''तुझा नास्तिक धर्म.''

अभीकची ब-याच दिवसांत भेटच झाली नव्हती. त्याचं पत्रबित्रही आलं नव्हतं. विभाचं तोंड अगदी सुकून गेलं होतं. कामात मन रमत नव्हतं. ती गोंधळून गेली होती. काय झालंय, काहीच कळत नव्हतं. जड मनानं ती दिवस ढकलत होती. अभीक तिच्यावर रागावून निघून गेलाय, असंच तिच्या मनानं घेतलं होतं. घरदार सोडून आलेला हा मुलगा! त्याला कसलंच बंधन नव्हतं. निघून गेला असेल, तर पुन्हा परत येणारही नाही! ती मनाशीच म्हणाली, ''रागावू नकोस. परत ये. मी तुला पुन्हा त्रास देणार नाही.''

अभीकचा पोरकटपणा, अविचारीपणा, हट्टीपणा – एकेक गोष्ट आठवताच तिचे डोळे गळायला लागले. तिनं स्वत:ला 'कठोर' म्हणून धिक्कारलं.

आणि याच सुमारास अभीकचं पत्र तिच्या हातात पडलं. पत्र जहाजावरून आलं होतं. त्यानं लिहिलं होतं –

"विलायतेला चाललोय. जहाजावर स्टोकर म्हणून काम करतोय. मला इंजिनमध्ये कोळसा भरण्याचं काम मिळालंय. 'काळजी करू नकोस' असं लिहीत असलो, तरी काळजी केलीस तर बरंच वाटेल! तरीही सांगतो की इंजिनाची धग सहन करायची सवय मला आहे. तुझ्याकडून प्रवासखर्च घेतला नाही, म्हणून तू रागावशील हे माहीत आहे. पण याचं एकमेव कारण म्हणजे मी आर्टिस्ट आहे आणि तुला त्याबद्दल अजिबात आदर नाही. हेच माझं कायमचं दु:ख आहे. अर्थात यासाठी तुला दोष देणार नाही. या रुचिसंपन्न देशातील गुणीजन एक ना एक दिवस मला मान्यता देतील, याची मला खात्री आहे आणि त्या लोकांच्या मान्यतेचं मूल्य फार मोठं असेल, यात शंका नाही."

"अनेक मूर्खांनी माझ्या चित्रांची उगाचच प्रशंसा केलीय. काहींनी खोटी स्तुती करून मला फसवायचा प्रयत्न केलाय. पण तू मला जिंकण्यासाठी कधीच असं केलं नाहीस. तुझे कौतुकाचे दोन शब्दही मला अमृतासारखे आहेत, हे माहीत असूनही तू तसं केलं नाहीस. तुझ्या अढळ निष्ठेनं मला फार दु:ख दिलं, पण त्या तुझ्या निष्ठेला मी सर्वांत जास्त किंमत देतो. जेव्हा जगात मला मान्यता मिळेल, तेव्हा हृदयातील अमृत मिसळून तूच मला सर्वांत उंच स्थानावर बसवशील. ठोस सत्य गवसेपर्यंत तू वाट पाहशील, हे माहीत असल्यामुळेच मी कष्टसाध्य साधनेची वाट धरलीय."

"तुझी माळ चोरीला गेल्याचं आतापर्यंत तुझ्या लक्षात आलं असेलच. तू ती विकायला निघाली होतीस आणि मला तर ते अजिबात आवडलं नव्हतं. ती तू विकली असतीस, तर मला फार वाईट वाटलं असतं. तुझ्या माळेच्या बदल्यात माझी काही चित्रं तुझ्या दागिन्यांच्या पेटीजवळ ठेवलीत. मनातल्या मनात हसू नकोस. आपल्या देशात ती चित्रं रद्दीच्या भावापेक्षा जास्त दरानं विकली जाणार नाहीत. पण बी, वाट पाहा. तू फसणार नाहीस. कुदळीचा घाव घालताच अचानक गुप्तधन नजरेला पडावं, तशीच माझ्या चित्रांची अमूल्य किंमत सर्वांना कळेल, हे

मी अभिमानानं सांगतो. तोपर्यंत तू हसून घे. कारण बायकांना पुरुष पोरकटच वाटतात आणि तरीही त्यांच्यावरच त्या प्रेम करतात. तुझं कौतुकाचं ते प्रेमळ हसू, माझ्या कल्पनेत भरून मी समुद्रापार निघालोय. आणखी एक गोष्ट बरोबर घेतलीय – तुझ्या सुंदर घरातून एक गोड बदनामी. मी पाहिलंय की, तू तुझ्या ईश्वरापाशी बऱ्याच गोष्टींसाठी आळवणी करत असतेस. आता एकच प्रार्थना कर की, तुला सोडून येण्याचं दारुण दु:ख एके दिवशी सार्थकी लागू दे.''

"तू मनातल्या मनात कधी माझ्याबद्दल आकस बाळगलास की नाही, माहीत नाही. एक गोष्ट खरी की, स्त्रिया मला आवडतात – त्यांना मी आवडतो तितक्या त्या मला आवडत नसतीलही. पण त्यांनी माझ्यावर प्रेम केलंय आणि त्याबद्दल मी कृतज्ञ आहे. मात्र एक गोष्ट तुला नक्कीच माहीत असेल की, त्या तारका आहेत आणि तू आहेस ध्रुव नक्षत्र. त्या आहेत भास, तू मात्र सत्य. हे सगळं वाचताना सेन्टिमेन्टल वाटेल, पण त्याला इलाज नाही. मी काही कवी नाही. माझी भाषा म्हणजे केळीची नाव! लाट आली की डगमगून खाल्लाच गोता!''

"जिथं दु:ख मोठं तिथं गंभीर व्हायला हवं, हे मला कळतं. उथळपणा चंचल असतो. तू कित्येकदा माझ्या उथळपणाला हसली आहेस. या पत्रातही त्याच्या खुणा सापडतील. त्या पाहून तू हससील. म्हणशील हा तर माझाच अभीक!''

"पण यापुढे कदाचित तू हसणार नाहीस. तू माझी झाली नाहीस म्हणून मी किती चिडचिड केली! पण मनानं तू कंजूष आहेस, असा गैरसमज करून घेणं म्हणजे फार मोठी चूकच! खरं तर माझं व्यक्तिमत्त्व तुझ्यापुढे पूर्णपणे उलगडलं गेलंच नाही. कदाचित ते कधीच पूर्णपणे उलगडलं जाणार नाही, या टोचणीनं मला पुरतं कंगाल करून टाकलंय! म्हणूनच आणखी कशावर माझा विश्वास असो वा नसो, मला पुनर्जन्मावर विश्वास ठेवायलाच हवं. तू तुझं प्रेम कधी उघड केलं नाहीस. पण तुझ्या गभीर मौनातून क्षणोक्षणी जे दान दिलंस त्याला हा नास्तिक 'अलौकिक' याशिवाय दुसरं काही म्हणू शकत नाही. याच

आकर्षणापोटी, एका भावावेगानं, तुझ्याबरोबरच तुझ्या ईश्वरापाशी पोहोचलोय. मला नक्की काहीच सांगता येत नाही. कदाचित हा कल्पनेचा खेळही असेल. पण आपल्या प्रत्येकाच्या मनातील एक कोपरा आपल्याला अज्ञात असतो. तिथं जोरदार घाव बसला की, तिथून आपोआप शब्दांची निर्मिती होते, उदय होतो. हे शब्द, एवढे दिवस आकळलं नक्तं, असं सत्य सांगून जातात.''

"बी, मी सर्वांत जास्त प्रेम तुझ्यावर केलंय. या प्रेमाचं एक अनंत अस्तित्व आहे, असं मानलं आणि त्यालाच तुझा ईश्वर मानलं, तर मग त्या ईश्वराचं आणि तुझं दार या नास्तिकाच्या दृष्टीनं एकच नाही का? मी परत येईन – तेव्हा माझी मतं, माझा विश्वास – सगळं-सगळं – डोळे मिटून तुझ्या हाती सोपवेन. तू ते तुझ्या तीर्थमार्गाच्या अंतिम ठिकाणी पोहोचव. म्हणजे मग विचारांतील अंतरामुळे पुन्हा कधीही क्षणभरासाठीसुद्धा आपला वियोग होणार नाही. तुझ्यापासून इतकं दूर आल्यावर आज मला प्रेमाची गहनता जाणवली ती प्रत्यक्ष माझ्या मनात! आता वादविवादाचा अडथळा मी पार केलाय – आता मला तुझी विलक्षण थोरवी स्पष्टपणे जाणवतेय. इतके दिवस तुला बुद्धीमार्फत समजावून घेऊ पाहत होतो, आता मी माझं संपूर्ण अस्तित्व पणाला लावून तुला मिळवायचा प्रयत्न करेन.''

तुझा नास्तिक भक्त,
– अभीक

अखेरचा शब्द

गदूळ आणि गुंतागुंतीच्या जीवनप्रवाहाच्या आवर्तातून अचानक कथा साकार होऊ लागण्यापूर्वी कितीतरी आधीच कथेतील नायक-नायिकेनं आपली ओळख त्या कथेत गुंफून ठेवलेली असते. म्हणूनच कथा आकाराला येण्यापूर्वीच्या इतिहासाला अनुसरूनच पुढे सरकावं लागतं. इथंही मी कोण हे स्पष्ट करण्यासाठी थोडा वेळ घेणार आहे. मात्र खरं नावगाव सांगणार नाही. नाहीतर ओळखीच्या लोकांना तोंड देणं मुश्कील व्हायचं! नाव कोणतं घ्यावं त्याचाच विचार चाललाय! रोमॅंटिक नाव घेऊन सुरुवातीपासूनच कथेला वसंत रागाच्या पंचमसुरात बांधून टाकण्याची माझी इच्छा नाही. 'नवीनमाधव' नाव बहुधा चालू शकेल. त्याचा वास्तवातील सावळा रंग धुऊन टाकून 'नवारुण सेनगुप्त' ही करता आलं असतं. पण ते काही फार ठीक झालं नसतं. नावातच जोर आहे, अशा समजुतीनं लोकांचा गोष्टीवरचा विश्वासच उडाला असता. उसनं सोंग घेऊन हा साहित्यिकांच्या वर्तुळात मिरवायला आलाय, अशीच त्यांची समजूत झाली असती.

बंगालमधील क्रांतिकारकांपैकी मी एक होतो. ब्रिटिश साम्राज्याचं गुरुत्वाकर्षण अंदमानपर्यंत जवळ-जवळ पोहोचलंच होतं. म्हणूनच वेडीवाकडी वळणं घेत सी.आय.डी.चा पाश चुकवत, मी अफगाणिस्तानपर्यंत गेलो आणि अखेर खलाशी बनून अमेरिकेला पोहोचलो. पूर्व बंगालची जिद् रगारगात भिनली होती. शिवाय जिवात जीव असेपर्यंत भारतवर्षाच्या हातापायातील बेड्या कापून काढायला हव्यात, हे एक दिवससुद्धा विसरलो नव्हतो. मात्र परदेशात काही दिवस काढल्यावर माझ्या लक्षात

आलं की, आम्ही करत असलेलं क्रांतिकार्य हे शोभेच्या दारूकामात फटाका उडवण्यासारखं आहे. त्यामुळे पुष्कळ वेळा आमचं फुटकं नशीब पोळून निघतं खरं, पण ब्रिटिशांच्या सिंहासनाला साधी आचसुद्धा लागत नाही. ज्योतीवर पतंगाची अंध भक्ती असते. जेव्हा मस्तीत झेप घेतली होती, तेव्हा लक्षात आलं नव्हतं की, यातून इतिहासाचा यज्ञानल प्रज्वलित होण्याऐवजी आमच्याच चिता भडकणार आहेत. या सुमारासच युरोपीय महायुद्धाचं भीषण प्रलयंकारी रूप पाहिलं, महायुद्धाची समग्र तयारीही पाहिली. हे युगांतर घडवायला कारण ठरणाऱ्या या सर्वनाशाला आमच्या झोपडीतल्या देव्हाऱ्यात बसवण्याची वेडी आशा मग कुठल्या कुठं नाहीशी झाली. घरातील सगळ्या बारीक-सारीक गोष्टी जमेस धरूनही आत्महत्या करण्याइतकीही आमच्या घरात तयारी नव्हती. मग नॅशनल गडाचा पाया पक्का करण्याचा निश्चय केला. जगायचं असेल, तर आदिम युगासारखं दोन हातांच्या नखांनी लढून चालणार नव्हतं, हे कळून चुकलं. या युगात यंत्रांशी यंत्रांनीच लढायला हवं. मरण सोपं आहे. कसंही करून मरता येतं, पण विश्वकर्म्याचा चेला होणं तितकंसं सोपं नसतं. घाई करण्यात अर्थ नव्हता. काम मुळापासूनच सुरू करायला हवं होतं – मार्ग खूप दूरचा होता, साधना खूप कठीण होती.

घेतली मग यंत्रशास्त्राची दीक्षा. डेट्राइटच्या फोर्ड मोटर कारखान्यात कसाबसा शिरकाव करून घेतला. हात बसला पण फार पुढे गेलोय असं काही वाटेना. एके दिवशी मला काय दुर्बुद्धी झाली कोण जाणे! मनात आलं की, फोर्डला सांगावं की माझा उद्देश माझी प्रगती करण्याचा नाहीतर देशाला वाचवणं हा आहे. म्हणजे स्वातंत्र्यपूजक अमेरिकेचा संपत्ती निर्माण करणारा हा जादूगार एकदम खूश होईल, एवढंच नव्हे, तर माझा मार्गही जास्त मोकळा होईल. फोर्ड हसू दाबत म्हणाला, ''माझं नाव आहे हेन्रि फोर्ड. जुनं इंग्रजी नाव आहे हे. आमचे ब्रिटनमधले भाऊबंद अगदी कुचकामी झालेत. त्यांना उद्योगाला लावण्याचा संकल्प आहे माझा.'' मला वाटलं होतं की, भारतीय लोकांना कार्यक्षम करण्याचा त्यांचा बेत असेल. एक गोष्ट मात्र मी समजून चुकलो. पैसेवाल्यांची सहानुभूती पैसेवाल्यांकडेच असते. आणखी एक गोष्ट कळून चुकली ती अशी की, चाकं तयार करण्याच्या

या चक्रात अडकून फार प्रगती करणं शक्य नाही. या प्रसंगामुळे माझे डोळे उघडले. यंत्रविद्येच्या आणखी मुळाकडे जायला हवं, यंत्राचा मालमसाला कसा मिळवायचा हे शिकायला हवं हे लक्षात आलं. या आपल्या पृथ्वीनं शक्तिवान, सक्षम लोकांसाठी आपल्या पोटात कठीण खनिज पदार्थ भरून ठेवलेत. त्यांच्या बळावर शक्तिवान लोक पृथ्वीही जिंकू शकतात. गरिबांसाठी मात्र आहे भूमीच्या वर उगवणारं पीक – गरिबांची हाडं बाहेर काढणारं, पोटं खपाटीला घालवणारं. मग मी वळलो धातुशास्त्राकडे. फोर्ड म्हणाला होता की, इंग्रज अगदी कुचकामी आहेत. त्याचा पुरावा भारतवर्षातच मिळाला होता. निळीची शेती आणि चहाचे मळे यात त्यांनी लक्ष घातलं होतं. सिक्विलियन्स कचेरीत बसून, बिल्ले लावून कायदा आणि सुव्यवस्था पाहण्यात गर्क होते. पण भारताच्या अंतर्गत भांडाराला काही ते बाहेर काढू शकले नव्हते. त्यांना नैसर्गिक किंवा लोकांच्या मनातील खजिन्याला हात घालता आला नव्हता. ते फक्त तागाची शेती करणाऱ्यांचं रक्त पिळून काढत होते. समुद्रापलीकडून मी जमशेद टाटांना सलाम ठोकला. मी निश्चय केला की, फटाके उडवत न बसता भुयार खणून मी पाताळाच्या दगडी भिंतीपर्यंत जायचं; आईचा पदर धरून 'मा! मा!!' करणाऱ्या अकालपक्व मुलांत सामील व्हायचं नाही; या देशातल्या गरीब, अक्षम, बुभुक्षित, अशिक्षित माणसाला दरिद्री म्हणूनच स्वीकारायचं; 'दरिद्रीनारायण' हे नाव देऊन त्याचा जप करत बसायचं नाही. पूर्वी असा शब्दांचा खेळ बराच खेळलोय. कवींच्या कुंभारवाड्यात स्वदेशाची जी रंगवलेली मूर्ती असे, तिच्यापुढे खूप अश्रू गाळलेत. पण आता आणखी तसं करणार नाही. जागृत बुद्धिमान देशात आलोय. वास्तवाला वास्तवच मानायचं आणि कोरड्या डोळ्यांनी कमर कसून काम करायचं, हे शिकलोय. इथून परत गेल्यावर हा 'बांगाल'* शास्त्रज्ञ कुदळ-फावडं-हातोडी घेऊन देशातील गुप्तधनाच्या शोधासाठी बाहेर पडेल. सद्गदित झालेल्या कवींच्या चेल्यांना ही मातृभूमीची पूजाच आहे, हे लक्षातही येणार नाही.

---

* बांगाल : पूर्व बंगालचा (आताचा बांगलादेश) रहिवासी. खेडवळ असाही अर्थ होतो.

फोर्डचा कारखाना सोडला आणि पुढची नऊ वर्ष खाणकाम आणि खनिजशास्त्र शिकण्यात घालवली. युरोपात बऱ्याच ठिकाणी फिरलो. प्रयोग केले. काही यांत्रिक करामतीही केल्या. त्यामुळे अध्यापकांनी कौतुक करून प्रोत्साहन तर दिलंच, पण माझाही आत्मविश्वास वाढला. पूर्वीच्या फक्त शब्दांनी भारावलेल्या निरुपयोगी 'मी'चा मी धिक्कार केला.

माझ्या कथेशी या बड्या-बड्या बातांचा तसं पाहिलं, तर अजिबात संबंध नाही – गाळून टाकल्या असत्या तरी चाललं असतं. किंबहुना तेच अधिक चांगलं झालं असतं. पण या निमित्तानं काही सांगणं आवश्यक असल्यानं तेवढं सांगतो. यौवनाच्या आरंभकाळी जीवनाच्या ध्रुवप्रदेशातील आकाशात स्त्रीप्रभावाच्या चुंबकत्वामुळे जेव्हा Aurora borealisच्या रंगीबेरंगी छटांचा खेळ सुरू असतो, त्या काळात मी या बाबतीत पूर्णपणे अलिप्त होतो. मी संन्यासी आहे, कर्मयोगी आहे वगैरे बड्या-बड्या गप्पांनी मी मनाचं दार घट्ट बंद करून टाकलं होतं. मुलीला उजवण्यासाठी मुलींचे वडील जेव्हा माझ्याभोवती घुटमळायला लागले तेव्हा मी त्यांना स्पष्टपणे बजावलं होतं की, मुलीच्या पत्रिकेत अकाली वैधव्याचा योग असेल तरच त्यांनी माझ्या स्थळाचा विचार करावा.

पाश्चात्त्य देशात स्त्रीची सोबत चुकवण्याची काहीच सोय नाही. तिथं माझ्यावर संकट येण्याचा फारच संभव होता. मी देखणा आहे, ही गोष्ट आपल्या देशात असताना, स्त्रियांच्या डोळ्यांच्या मौन भाषेव्यतिरिक्त अन्य कुठल्या भाषेत ऐकायला येणं शक्य नव्हतं. त्यामुळे या गोष्टीचं भान मला नव्हतं. पण परदेशात गेल्यावर, माझी बुद्धी इतरांपेक्षा तीव्र आहे याचा जसा शोध लागला, तसाच मी देखणा असल्याचंही कळलं. माझ्या देशातील वाचकांना मत्सर वाटावा अशा कहाण्यांची शक्यता होती. मात्र मी अशा भावनांच्या इंद्रजालात अजिबात फसलो नाही. एकतर माझा स्वभाव कडक, पश्चिम बंगालमधील शौकिन लोकांसारखा भावुक, हळवा नाही. माझ्या संकल्पाला मी छातीचा कोट करून जपलं होतं. स्त्रियांशी प्रेमाचं नाटक करून, वेळ येताच ते संपवायचं, हे माझ्या स्वभावात बसणारं नव्हतं. मला पक्कं माहीत होतं की, ज्या जिद्दीनं मी माझ्या व्रताच्या आश्रयावर जगत होतो, त्या जिद्दीमुळेच

माझं पाऊल एकदा जरी घसरलं असतं, तरी मी माझ्या व्रतभंगाच्या ओझ्याखाली चिरडून मेलो असतो. माझ्या दृष्टीनं या दोहोंशिवाय काहीच पर्याय नव्हता. शिवाय मी खेड्यात वाढलो होतो. त्यामुळे माझ्यातला संकोच जाणं अवघडच होतं. म्हणूनच स्त्रीचं प्रेम हा ज्यांच्या अहंकाराचा विषय होतो, त्यांची मी उपेक्षाच करतो.

परदेशातील उत्तम पदवी मिळवली ती सरकारी नोकरीत उपयोगी पडणार नाही हे ओळखूनच, छोटा नागपूरच्या एका चंद्रवंशीय राजाच्या – धरून चला चंडवीर सिंहांच्या – दरबारात नोकरी धरली. नशिबानं त्यांचा मुलगा – देविकाप्रसाद – काही काळ केम्ब्रिजला शिकत होता. सुदैवानं त्याची आणि माझी झुरिचला भेट झाली होती. माझं नाव त्याच्या कानावर गेलं होतं. त्याला माझा बेत सांगितला. तो त्यानं मनापासून समजावून घेतला आणि त्यांच्या स्टेटमध्ये जिऑलॉजिकल सर्व्हेंच्या कामावर माझी नेमणूक केली. ही जागा एखाद्या इंग्रजाला न दिल्यानं वरच्या वर्तुळात संतापाची लाट उसळली. पण देविकाप्रसाद चांगलाच खमक्या असल्यानं राजांचं मन चलबिचल झालं, तरी मी त्या जागेवर टिकून राहिलो.

इथं येण्यापूर्वी आई मला म्हणाली होती, ''बाबा, चांगली नोकरी मिळालीय. आता एकदा लग्न करून माझी इच्छा पुरी कर.'' मी म्हटलं होतं, ''म्हणजे कामाचे बारा वाजव. माझं काम आणि लग्न – हे काही जुळायचं नाही.'' माझ्या दृढ संकल्पापुढे आईच्या मनधरणीचा उपयोग झाला नाही. सगळी साधनसामग्री घेऊन जंगल गाठलं.

आता माझ्या देशव्यापी कीर्तिसंभवाच्या क्षितिजावर अचानक जी कथा उमलली, तीत भुलभुलैयाचा अंश आहे आणि शुक्राच्या चांदणीचाही. खालच्या दगडांना विचारत-विचारत मी मातीची तपासणी करत रानावनात हिंडत होतो. पलाश फुलांच्या रंगीत नशेनं आकाश धुंद झालं होतं. साल वृक्षांना मोहर आला होता. मधमाशांचा थवा घोंघावत होता. लोक लाख गोळा करायला लागले होते. तुतीच्या पानांवरचे रेशमाचे कोश गोळा केले जात होते. सावताळ* पिकलेली मोहाची फळं गोळा करत होते. पातळ ओढणीची सळसळ करत चालली होती एक बारीकशी

---

* सावताळ : संथाळ. बंगालमधील एक आदिवासी जमात.

नदी. मी तिचं नाव ठेवलं होतं, तनिका. हा कारखाना नव्हता की कॉलेजचा वर्ग. हे होतं, सुखतंद्रीत बुडालेलं संध्येचं राज्य. अशा ठिकाणी एकाकी मन दिसताच मायाविनी प्रकृती, त्याच्यावर रंगकाम करते – सूर्यास्त होताना आकाशाच्या पटावर करते ना तसंच!

मनाला भूल पडली होती. कामाचा वेग थंडावला होता. मी स्वत:वरच चिडलो होतो. आतून जोर लावून उभारी धरण्याचा प्रयत्न करत होतो. मनात आलं की, ट्रॉपिकल हवामानाच्या कोळिष्टकात अडकलो की काय! हा ट्रॉपिकल सैतान जन्मापासून या देशाच्या रक्तात पंख्याच्या वाऱ्यातून पराभवाचा मंत्र भिनवत असतो. त्याची ही स्वेदानं चिंब झालेली जादू झटकून टाकली पाहिजे.

सांजावलं. मधेच चर होता आणि त्याच्या दोहोकडून नदी पुढे गेली होती. त्या चरावर बगळ्यांचा थवा विसावला होता. दिवस मावळत असतानाचं हे दृश्य म्हणजे माझं इथलं काम आवरतं घेण्याचा इशाराच होता. दगड आणि माती यांचे गोळा केलेले नमुने झोळीत भरून मी माझ्या बंगल्यावर परतत असे. घरातल्या लॅबरेटरित ते मी तपासत असे. दुपार आणि संध्याकाळ यांच्यामध्ये पडीक जमिनीसारखा जो फालतू वेळ असतो, तो एकट्या माणसाला घालवणं फार कठीण जातं. विशेष करून अशा निर्जन रानावनांत. हा वेळ मी माझ्या तपासणीच्या कामासाठी राखून ठेवत असे. डाइनमोनं मी दिवे लावत असे आणि केमिकल व काटा घेऊन माइक्रोस्कोपपाशी बसत असे. कधी-कधी मध्यरात्रही उलटून जात असे. आज तपास करताना, एके ठिकाणी मला मँगेनीज असावं, असं लक्षात आलं होतं. मी मोठ्या उत्साहात, घाईघाईनं निघालो होतो. भगव्या आकाशातून काव-काव करत कावळे घरट्याकडे परतत होते.

अचानक माझ्या परतण्यात व्यत्यय आला. रानाच्या वाटेवर, एका टेकाडावर सालाची पाच झाडं होती. त्यांच्यामध्ये कुणी बसल्यास बेचक्यातून नजर टाकल्यासच दिसत असे. एरवी तिकडे नजर न जाणंच स्वाभाविक होतं. त्या दिवशी ढगांतून सूर्यकिरणं फाकली होती आणि त्या झाडांच्या बेचक्यातून सोनं मुठीनं उधळावं तशी पसरली होती. त्या लालसर उजेडातच ती बसली होती. तिनं पाठ झाडाच्या बुंध्याला टेकवली होती आणि गुडघ्यावर डायरी ठेवून ती लिहीत होती.

क्षणभर चकित होऊन मी पाहतच राहिलो. आयुष्यात असं अपघातानंच घडतं. पौर्णिमेला भरती यावी, तशा माझ्या हृदयात भावना उचंबळून आल्या.

बुंध्याआडून तिच्याकडे पाहत राहिलो. माझ्या चिरंतन स्मृतिपटलावर एक आश्चर्यकारक छबी चित्रित व्हायला लागली. माझ्या दीर्घ अनुभवपथावरील अनेक अनपेक्षित पण मनोहर द्वारांवर मन थबकलं होतं खरं, पण मी तिकडे लक्ष दिलं नव्हतं. आज मात्र मी जीवनाच्या अंतिम तादात्म्यापाशी येऊन पोहोचलो आहे, असं वाटलं. असा विचार करण्याची किंवा बोलण्याची मला सवयच नव्हती. एखाद्या धक्क्यानं अचानक खिटी निसटून दार उघडावं, तसंच मला अज्ञात असलेलं माझं अपूर्व स्वरूप अचानक स्पष्ट दिसलं. असा धक्का मला लागलाच कसा! कारण मला चांगलं माहीत होतं की, मी दगडासारखा खडखडीत, कोरडा, नीरस होतो. पण आतून झरा उचंबळून आला होता.

काही बोलावंसं वाटत होतं, पण एका महत्त्वाच्या आणि सुंदर परिचयाच्या आरंभी कोणता शब्द उच्चारावा हे मात्र मला समजेना. ते असतील का ख्रिस्त पुराणातील प्रथम निर्मितीच्या वेळचे शब्द – प्रकाश होवो! अव्यक्त व्यक्त होवो! एकदा मनात आलं – मुलगी – तिचं खरं नाव पुढे कळलं, पण मी ते सांगणार नाही. मी तिचं नाव ठेवलं 'अचिरा' म्हणजे विजेप्रमाणे लखलखत चमकणारी. हेच नाव ठरलं – तिच्याकडे पाहताच जाणवलं की, आपल्याकडे कुणीतरी पाहतं आहे हे अचिराला कळलंय. उपस्थितीलाही एक नि:शब्द आवाज असतो बहुतेक! तिनं लिहिणं थांबवलं होतं. पण तिथून उठणं काही जमत नव्हतं. पलायन उगाचच लक्ष वेधून घ्यायचं! एकदा वाटलं की म्हणावं, 'क्षमा करा,' पण कशासाठी? काय केलाय अपराध? मग काय बोलायचं तिच्याशी? जरा दूर गेलो आणि विलायती छोट्या कुदळीनं उगाचच जमीन उकरल्यासारखं केलं, झोळीत काहीतरी टाकल्याचं नाटक केलं. मग मातीकडे शास्त्रज्ञाच्या नजरेनं पाहत पुढे निघून गेलो. पण मनातून जाणून होतो की, मी जिला फसवायचा प्रयत्न करत होतो ती फसली नव्हती. आशिक पुरुषमनाच्या अभिलाषेचं प्रमाण तिला यापूर्वी बऱ्याच वेळा मिळालं असावं, यात शंकाच नव्हती. माझ्याबाबतीत ती मनातून आनंदली असावी, अशी आशा वाटली. या पुढे जरा गेलो असतो तर

– तर काय झालं असतं, कोण जाणे! रागावली असती की रागावण्याचं ढोंग केलं असतं? मन विचलित झालं होतं. मी माझ्या घराकडे चाललो होतो. वाटेत मला दोन तुकडे करून फेकून दिलेला एक लिफाफा दिसला. त्याला काही जिऑलॉजिचा नमुना म्हणता आलं नसतं, तरी उचलून घेतला. त्यावर नाव होतं, भवतोष मजुमदार, आय.सी.एस. बायकी अक्षरांत छापराचा पत्ता होता. तिकीट लावलं होतं. पण तिकिटावर पोस्टाचा शिक्का नव्हता. जणू एखादी लग्नाची मुलगी दुग्ध्यात पडली असावी! माझी शास्त्रज्ञाची बुद्धी! या फाडलेल्या लिफाफ्यात एका शोकांतिकेच्या जखमेचा व्रण असणार, हे मला कळून चुकलं. जमिनीच्या भेगेतून क्रांतीचा इतिहास शोधून काढणं, हे माझं काम. तेव्हा या लिफाफ्याचं रहस्य शोधून काढायचंच असा संकल्प केला.

दरम्यान मनात विचार आला की, माझ्या मनातील रहस्य काही कमी अभूतपूर्व नाही! एकेका विशेष परिस्थितीत त्याची अवस्था पूर्णपणे वेगळीच असते. आताची त्याची अवस्था मला आश्चर्यचकित करून गेली. इतके दिवस हेच मन नाना अवघड परिश्रमातून जीवनाचं लक्ष्य शोधत शहरा-शहरांतून हिंडत होतं. हे मन माझ्या चांगल्या ओळखीचं होतं. वाटलं होतं, हाच माझा खराखुरा स्वभाव. त्याची चाल मी खात्रीनं सांगू शकलो असतो. पण विवेकापलीकडे अविचार लपलाय, हे प्रथमच कळलं. विचाराला न मानता, मोहात गुंतणारं एक रानटी मन अचानक पकडीत आलं. रानाची भूल पडते; झाडावेलीत असते एक मूक कवटाळ, आदिम अस्तित्वाचा मंत्रध्वनी. दिवसा त्याचे तारस्वर झणत्कारतात तर रात्री अणुरणतात मंद्र गंभीर स्वर प्राणाप्राणांत आणि आदिम अस्तित्वाची गूढ प्रेरणा बुद्धीला पछाडून टाकते!

जिऑलॉजिची पाहणी करत असताना आतून या रानभुलीचं काम सुरू होतं. कठोर पाषाणाच्या मुठीतून एखादा रेडियमचा कण शोधत असताना दृष्टीला पडली अचिरा – फुललेल्या सालाच्या सावलीत जखडलेली. या आधी मी बंगाली मुलगी पाहिली नव्हती असं नाही. पण असं स्वतंत्रपणे एकटीला कधीच नाही. इथं तिच्या श्यामल कोमलतेत वृक्षवेलींची भाषा मिसळून गेली होती. परदेशी सौंदर्यवती तर खूपच पाहिल्या होत्या, आवडल्याही होत्या. पण एक बंगाली मुलगी जिथं पूर्णपणे पाहता येईल, अशा जागी प्रथमच पाहत होतो. या

जंगलात ती परिचित-अपरिचित वास्तवात गुंतून मिसळून गेली नव्हती, म्हणूनच तिचं खरं रूप पाहता येत होतं. तिच्याकडे पाहिल्यावर ती वेण्या हलवत डॉयॉसिझन कॉलेजमध्ये शिकायला जात असेल किंवा बेथुन कॉलेजची डिग्रीधारी असेल अथवा बालिगंजच्या टेनिस क्लबमध्ये खिदळत बाकीच्यांना चहा देत असेल, असं काही वाटलं नाही. 'मने रइलो, सइ, मनेर बेदना...' हे गाणं मी माझ्या लहानपणी ऐकलं होतं. हरू ठाकुरांचं किंवा राम बसूंचं असेल हे गाणं. नंतर पार विसरून गेलो होतो. आता ते रेडिओवर लागत नाही किंवा ग्रामोफोनवर लागून वस्ती दणाणून सोडत नाही. पण आज कसं कोण जाणे ते आठवलं मला आणि मनात आलं की, या गाण्याचं सहज-सौंदर्य अचिराच्या रूपाचं प्रतिनिधित्व करत होतं. या गाण्यातील सुरांत दडलेली कारुण्याची मूर्ती माझ्या डोळ्यांसमोर प्रत्यक्ष उभी राहिली. काही अशक्य राहिलं नाही. प्रचंड भूमिकंपामुळे पृथ्वीच्या तळाशी लपलेला लाव्हा वर येतो, हे मी जिऑलॉजित वाचलं होतं. पण माझ्या मनाच्या काळोखी तळातही एक लाव्हा होता. तो वरच्या प्रकाशात अचानक दृष्टीस पडला. कठोर वैज्ञानिक नवीनमाधवच्या स्थिर अंत:स्तरात एवढी उलथापालथ होत असेल, याची मला कल्पनाच नव्हती.

मी रोज दुपारी माझ्या कामाच्या निमित्तानं या वाटेनं जात होतो, तेव्हा तिनं मला पाहिलं होतं. पण मी माझ्याच नादात असल्यानं, माझ्या ते लक्षात आलं नव्हतं. परदेशी गेल्यापासून माझ्या देखणेपणाचा मला गर्व झाला होता. 'ओ! हाय हॅन्डसम!' या पुटपुटीची मला सवयच झाली होती. परदेशातून परत आल्यावर मात्र माझ्या काही मित्रांकडून कळलं की, बंगाली मुलींची आवड वेगळी असते. त्या मुलायम बायकी रूपच पुरुषाला शोधत असतात. प्रचलित शब्दांत सांगायचं तर 'कार्तिका*सारखं रूप!' बंगाली कार्तिक कसाही असो, तो कधीच देवांचा सेनापती नव्हता. पॅरिसला एका मैत्रिणीकडून ऐकलं होतं की, विलायती गोरा रंग म्हणजे रंगाचा अभाव. ऑरिएन्टल देहाला उष्ण आकाश जो रंग देते, तोच खरा रंग. तो सावलीचा रंग.

---

* कार्तिक : कार्तिकेय. बंगालमध्ये अतिशय देखण्या पुरुषाला कार्तिकेयाची उपमा देतात.

तोच रंग आवडतो आम्हाला. ही गोष्ट बंगालच्या उपसागराच्या किनारी पटायची नाही. इतके दिवस हा विषय मी विसरलोच होतो. पण अलीकडे बरेच दिवस मी यावर विचार केला. उन्हानं करपलेला माझा रंग, उंच आणि सुदृढ बांधा, बलदंड हात, तडफदार हालचाली. माझी दृष्टी तीक्ष्ण होती असं ऐकिवात होतं. नाक, डोळे, कपाळ सुंदर होतं. एप्स्टाइन दगडात माझं शिल्प घडवू पाहत होता, पण मीच त्याला वेळ दिला नव्हता. माझ्या मते बंगाली आईवेडा असतो आणि आईही आपल्या लाडक्याला मेणाच्या बाहुलीप्रमाणे घडवण्यातच आनंद मानते. हे सर्व मनात घोळू लागल्यानं मी संतापलो. आधीच मी मनोमनी अचिराबरोबर भांडलो होतो. म्हणालो होतो की, तू जिला सुंदर म्हणतेस ती विसर्जनाची मूर्ती. तू तिची पूजा केलीस, आरती केलीस तरी ती फार दिवस नाही बरं टिकायची! मी मोठ्या- मोठ्या देशांतील स्वयंवरातील वरमालांची उपेक्षा केलीय आणि तू माझी उपेक्षा करतेस! ओढून आणलेलं हे खोटं भांडण म्हणजे निव्वळ पोरकटपणा होता. माझ्या या खोट्या भांडणातील संतापाचं माझं मलाच हसू आलं. इकडे वैज्ञानिकाचं मन काम करत होतं. मी मनाला बजावत होतो की, माझ्या जाण्या-येण्याच्या वाटेवरती बसते, हे महत्त्वाचं आहे. तिला निवांतपणा हवा असता, तर तिनं जागा बदलली असती. सुरुवातीला मी तिच्याकडे पाहिलं न पाहिलंसं करत असे. पण हल्ली मधूनच नजरेला नजर भिडत होती आणि ही नजरानजर म्हणजे काही अपघात निश्चित नव्हता.

याहूनही एक मोठी परीक्षा पार पडली होती. यापूर्वी दिवसाचं माती-दगडातलं काम आटपून संध्याकाळी फक्त एकदाच पंचवटीच्या रस्त्यानं मी जात असे. पण हल्ली माझी त्या रस्त्यावरची ये-जा वाढली होती. याच्याशी जिऑलॉजिचा काही संबंध नव्हता, हे समजण्याइतकं अचिराचं वय नक्कीच होतं. माझी भावना एवढी स्पष्टपणे व्यक्त केल्यानंतरही ती आपली जागा सोडत नाहीय, हे पाहिल्यावर माझी धिटाईही वाढत चालली. एखाद्या दिवशी मी जाता-जाता अचानक मागे वळून पाहत असे, तेव्हा माझ्या लक्षात यायचं की, अचिरा माझ्याकडेच पाहतेय. मी तिच्याकडे पाहतोय असं दिसताच, ती तिच्या डायरीकडे नजर वळवायची. तिचं डायरी लिहिणं पूर्वीच्या वेगानं होत

नाहीय, असा मला संशय यायला लागला. माझी वैज्ञानिकाची बुद्धी त्या मागचं मानसिक कारण शोधायला लागली.

तिनं कोणासाठी तपस्या-व्रत घेतलं होतं, हे मला कळलं होतं. त्याचं नाव भवतोष होतं. तो विलायतेहून परतल्यानंतर छापल्यात असिस्टन्ट मॅजिस्ट्रेट झाला होता. त्यापूर्वी या दोघांचं दाट प्रेम होतं. पण नोकरी धरताना अचानक काहीतरी गडबड झाली होती. काय नेमकं घडलं, ते शोधायला हवं. काम काही कठीण नव्हतं. कारण केम्ब्रिजमधला माझा वर्गमित्र पाटणा विद्यापीठातच होता.

मित्राला पत्र पाठवलं, ‘‘भवतोष नावाचा मुलगा बिहार सिव्हिल सर्व्हिसमध्ये आहे. वधूपित्याकडून असं ऐकिवात आहे की, मुलगा वर म्हणून अगदी योग्य आहे. माझ्या ओळखीचे एक गृहस्थ आपल्या मुलीसाठी हा मुलगा पाहताहेत. मुलगा गळाला लागण्यासाठी मी मदत करावी, असा त्यांचा आग्रह आहे. मार्ग मोकळा आहे का, मुलाचं वागणं-बोलणं कसं आहे, वगैरे इत्थंभूत माहिती कळवल्यास बरं होईल.’’

उत्तर आलं, ‘‘रस्ता बंद आहे आणि तरीही त्याच्या वागणुकीबद्दल कुतूहल असेल तर ऐक....’’

‘‘मी कॉलेजमध्ये असताना डॉ. अनिलकुमार सरकार माझे प्राध्यापक होते. ऑल्फाबेटमधील बरीच अक्षरं होती, त्यांच्या नावात. माणूस असामान्य बुद्धिमान तितकाच सरळ, अगदी लहान मुलासारखा. त्यांच्या आयुष्यातील एकमेव चैतन्य म्हणजे त्यांची नात. तिला पाहिल्यावर लक्षात यायचं की, साधनेवर खूश होऊन सरस्वतीनं तिला बुद्धीचंच नव्हे, तर रूपाचंही भरभरून दान दिलं होतं. या भवतोष नावाच्या सैतानानं तिच्या स्वर्गात मुसंडी मारली. तो चलाख होता. बोलण्यातही पटाईत. आधी भुरळ पडली प्राध्यापक महाशयांना आणि नंतर भुरळली त्यांची नात. त्यांचं प्रेम पाहून माझे हात शिवशिवायचे संतापानं. पण करणार काय! लग्न पक्कं झालं होतं. विलायतेहून सिव्हिल सर्व्हिस परीक्षा पास होऊन येणंच काय ते बाकी होतं! प्राध्यापकांनी त्याच्या सर्व खर्चासाठी पैसा जमवला. त्याला वरचेवर सर्दी व्हायची. मी रोज दोन वेळा प्रार्थना करायचो की, लग्नाआधीच न्यूमोनिया होऊन मरू दे हा माणूस. पण देव बहिरा! त्यामुळे तो काही मेला नाही. परीक्षा पास झाला आणि लगेच इंडिया गव्हर्मेन्टमधील एका बड्या प्रस्थाच्या

मुलीशी लग्न करून मोकळा झाला. चिडलेले आणि शरमेनं अर्धमेले झालेले प्राध्यापक आपल्या दुखावलेल्या नातीला घेऊन कुठं अंतर्धान पावले राम जाणे!''

पत्र वाचलं आणि मनाशी पक्क ठरवलं की, या मुलीला पुन्हा माणसात आणायचंच.

आता अचिराशी बोलण्यासाठी मन तडफडू लागलं. जर वैज्ञानिक न होता साहित्य-रसिक झालो असतो किंवा 'बांगाल' न होता पश्चिम बंगालमधील आधुनिक तरुण असतो तर बोलण्याची अडचण अजिबात आली नसती. पण बंगाली मुलींची मला भीती वाटायची. कदाचित मी त्यांना नीट ओळखत नव्हतो म्हणूनही असेल! मला आपलं वाटायचं की हिंदू स्त्री अनोळखी परपुरुषाशी बोलणं अगदीच अशक्य! उगाच तिच्याशी बोलायला जावं आणि तिला ते वाह्यातपणाचं वाटावं. संस्कार आंधळेच असतात ना! इथं येण्यापूर्वी काही दिवस कोलकात्याला होतो. नातेवाइकांच्या किंवा मित्रांच्या घरच्या स्त्रिया तोंडाला रंग फासून सिनेमात जायला पाहत, पुरुषांशी मैत्री करायलाच ज्यांचा... जाऊ दे... त्यांच्याबद्दल कशाला बोलायचं! पण अचिराची ओळख नसतानाही ती या स्त्रियांपेक्षा वेगळीच वाटायची. या काळापासून दूर... निर्मळ, आत्ममर्यादा पाळणारी, स्पर्शभीरू. बोलायला सुरुवात कशी करावी याचा मनातल्या मनात विचार करत होतो.

याच सुमारास आसपास दोनेक दरोडे पडले. विचार केला की हे कारण पुढे करून अचिराला म्हणावं की राजाला सांगून आपल्या सुरक्षेची व्यवस्था करून देतो. इंग्रज स्त्री असती तर कदाचित माझ्या या आगंतुकपणाला बढाई समजून, मान वाकवून म्हणाली असती, 'मी माझी काळजी घेईन.' पण ही बंगाली मुलगी माझं बोलणं कसं घेईल हे काही मला सांगता येत नव्हतं. बरीच वर्ष बंगालबाहेर विलायतेत राहिल्यामुळे विलायती संस्कारच जास्त भिनले होते माझ्यात.

दिवस मावळायला आला होता. ही वेळ अचिराची घरी परतण्याची. कधीकधी तिचे आजोबा येऊन तिला फिरायला घेऊन जायचे. नेमका याच वेळेला एक गुंड तिथं उपटला आणि त्यानं तिच्या हातातली बॅग आणि डायरी हिसकावली. तो या वस्तू घेऊन पळून जाणार तेवढ्यात मी झाडीतून बाहेर आलो. ''काही भिण्याचं कारण नाही.'' असं म्हणून

मी त्याच्यावर झेप घेऊन त्याची मानगूट पकडली. त्यानं बॅग आणि डायरी तिथंच टाकून पळ काढला. मी अचिराच्या वस्तू अचिराला परत केल्या.

"बरं झालं आपण होतात..." अचिरा म्हणाली.

"माझं राहू द्या. बरं झालं तो माणूस आला." मी म्हणालो.

"म्हणजे?"

"म्हणजे त्याच्यामुळे आपल्याशी बोलता आलं. इतके दिवस कसं बोलणं सुरू करावं तेच समजत नव्हतं."

"अहो, पण तो तर चोर!"

"नाही तो चोर नाही. तो माझा शरीररक्षक होता."

गडद तपकिरी रंगाचा पदर तोंडावर धरून अचिरा खळखळून हसली. किती गोड होतं तिचं हसणं! जणू झऱ्याच्या पाण्यात खळखळणाऱ्या गुळगुळीत गारगोट्या.

मग अचानक हसू आवरत ती म्हणाली, "पण खरंच चोर आला असता, तर खूप मजा आली असती."

"कुणाची मजा?"

"ज्याची चोरी होणार होती त्याची. अशी एक गोष्ट वाचलीय मी."

"मग ज्यानं वाचवलं त्याचं काय झालं असतं?"

"त्याला घरी नेऊन चहा दिला असता."

"मग या फसव्या उद्धारकर्त्याचं काय?"

"त्याला तर आणखी कशाचीच अपेक्षा नाही. ओळख करून घेण्यासाठी त्याला एकदा बोलायचं होतं. आता तर बराच वेळ बोलायला मिळालंय. एक शब्द बोलायला मिळावा ही अपेक्षा होती. पण बोलायला मिळाले दोन-तीन-चार-पाच शब्द."

"गणितातल्या संख्या अचानक संपायच्या तर नाहीत ना?"

"कशाला संपतील?"

"अच्छा! आपण माझ्याशी प्रथम बोलायला सुरुवात केली असतीत, तर काय बोलला असता?"

"सांगू? येता-जाता दगड-धोंडे गोळा करण्याचा काय हा पोरकटपणा! अजून लहानच आहात वाटतं!"

"मग का नाही बोललात?"

''भीती वाटली.''

''भीती? आणि माझी?''

''आपण बडे आहात. दादूनं सांगितलंय मला. त्यांनी आपण विदेशी वर्तमानपत्रांत लिहिलेले लेख वाचलेत ना! ते जे वाचतात ना, ते मला समजावून सांगण्याचा प्रयत्न करतात.''

''माझ्या लेखांच्या बाबतीतही केला होता प्रयत्न?''

''हो. केला होता, पण लॅटिन नावरूपी पहारेक्र्‍याची संख्या पाहून दोन्ही हात जोडले आणि दादूंना म्हणाले की, हे राहू द्या. मी तुम्हाला तुमचं क्वान्टम थिअरिचं पुस्तक आणून देते.''

''त्यातलं आपल्याला समजतं वाटतं?''

''अजिबात नाही. पण दादूंचा एक पक्का समज आहे की, सगळ्यांना सगळं कळू शकतं. त्यांचा हा समज दूर करणं मला बरं वाटत नाही. त्यांचा आणखी एक विचित्र समज आहे. स्त्रिया उपजतच पुरुषांपेक्षा जास्त हुशार असतात. Time-Spaceच्या संबंधाबद्दल ऐकावं लागू नये म्हणून घाबरून आहे. खरं सांगायचं तर स्त्रियांबद्दल फार माया वाटते त्यांना. दिदीमा असताना दादू बड्या गप्पा मारायला लागले की, ती त्यांना गप्प बसवायची, तरीही स्त्रियांच्या बुद्धीची झेप त्यांना कळली नाही. मी त्यांना नाराज नाही करू शकत. खूप समजावून सांगितलंय त्यांनी, पण मला काही समजलं नाही. पुढेही सांगतीलच आणि तेही मला समजायचं नाहीच.''

अचिराचे डोळे कौतुकानं आणि प्रेमानं चमकत होते. हा गोड संवाद लवकर संपू नये, असं वाटत होतं. दिवस मावळत होता. पहिली चांदणी सालांच्या झाडीतून वर आली होती. सावताळ स्त्रिया सरपण गोळा करत घरी निघाल्या होत्या. दूरवरून त्यांचं गाणं ऐकू येत होतं.

एवढ्यात रस्त्यावरून हाक ऐकू आली, ''दिदी, कुठं आहेस? काळोख पडला. हल्लीचे दिवस बरे नाहीत.''

''खरंच बरे नाहीत, दादू. म्हणून तर एक सुरक्षारक्षक नेमलाय.''

प्राध्यापक पुढे येताच त्यांच्या पायाला हात लावून मी नमस्कार केला. ते एकदम गांगरलेच. माझी ओळख करून देत म्हणालो, ''मी नवीनमाधव सेनगुप्त.''

वृद्धाचा चेहरा एकदम खुलला. म्हणाले, ''काय सांगताय! आपणच

का डॉक्टर सेनगुप्त! अगदीच लहान आहात!''

मी म्हणालो, ''अगदी लहान! छत्तीसपेक्षा जास्त नाही माझं वय!''

अचिरा खळखळून हसली. तसंच गोड-मधुर. त्या हसण्यानं माझ्या मनात सतारीची द्रुत लय झंकारली. ती म्हणाली, ''जगातले सगळेच दादूंना लहान वाटतात आणि दादू सगळ्यांचे आगरवाल.''

''आगरवाल? हा नवीनच शब्द आणलास की बंगालीत. कुठून मिळवलास?''

''तो हो, तुमचा मारवाडी विद्यार्थी – कुंदनलाल आगरवाल. तुमचा फार आवडता होता ना! मला नाही का बाटलीतून आंब्याचं लोणचं आणून द्यायचा? त्याला एकदा मी आगरवालचा अर्थ विचारला, तर म्हणाला आगरवाल म्हणजे पायोनिअर.''

प्राध्यापक मला उद्देशून म्हणाले, ''आता ओळख झालीच आहे, तर तुम्हाला आमच्या घरी यायला हवं.''

''ते सांगायला नकोच, दादू! मी जेव्हा त्यांना सांगितलं की, तुम्ही Time आणि Spaceची आइनस्टाइनची थिअरि – त्यानं सांगितली आहे ना, त्याच्या पुढे जाऊन अधिक स्पष्ट करून सांगणार आहात, तेव्हा आपल्या घरी येण्यासाठी अगदी उतावीळ झाले ते!''

'बाप रे! काय हा खोडसाळपणा!' मी मनातल्या मनात म्हटलं. प्राध्यापक एकदम उत्साहात विचारायला लागले, ''आपल्याला Time-Spaceबद्दल –'' मी गडबडलो. म्हटलं, ''मला त्यातलं काही कळत नाही हो! आपण मला समजावून सांगायला लागलात, तर आपला वेळ फुकट जाईल झालं!''

ते घाईघाईत म्हणाले, ''वेळाचं काय! इथं वेळच वेळ आहे. अच्छा! आज आपण आमच्याकडे जेवा ना! कसं?''

मी लगेच हो म्हणणार होतो. पण तेवढ्यात अचिरा म्हणाली, ''दादू, तुम्हाला खरंच काही कळत नाही हं! केव्हाही जेवणाचं आमंत्रण देऊन मला मात्र अडचणीत टाकता. अहो, या जंगलात काय किरपी*चं दुकान आहे का? ते विलायतेहून आलेत. त्यांना असं आयत्या वेळेला जेवायला बोलावलंत, तर माझी मात्र फजिती होईल. त्यांच्यासाठी इतर

---

* किरपी : एका मोठ्या दुकानाच्या वा हॉटेलच्या मालकाचं नाव

काही इथं मिळालं नाहीतरी भेटकीची आणि मटणाची व्यवस्था तर करायला नको का?''

''ठीक! ठीक! मग आपल्याला सोयीचं केव्हा होईल?''

''उद्याच बरं पडेल. पण अचिरादेवींना त्रास द्यायचा नाही. मला रानावनात, डोंगरद्र्यात हिंडावं लागतं, तेव्हा अगदी साधं खाणं असतं माझ्याबरोबर. पोहे, केळी, टोमॅटो, ओले हरभरे आणि कधीमधी शेंगदाणे असतात माझ्या थैलीत. मी सगळं घेऊनच येईन. अचिरादेवींनी स्वत:च्या हातानं दह्यात सगळं एकत्र करून द्यायचं. कबूल असेल तर मग प्रश्नच नाही.''

''दादू, यांच्यावर विश्वास ठेवू नका. अहो, तुम्ही एका बंगाली मासिकाला लेख पाठवला नव्हता का? त्यात तुम्ही बंगाली जेवणात व्हिटॉमिनची कमतरता असते असं म्हटलं होतंत. तो लेख वाचलाय यांनी. म्हणून तुम्हाला खूश करण्यासाठी एवढ्या पदार्थांची यादी दिली.''

मला अचिरानं चांगलंच अडचणीत टाकलं होतं. बंगाली मासिकातील डॉक्टरांचा व्हिटॉमिन्सवरील लेख मी वाचणं शक्यच नव्हतं. पण नाही म्हणणार तरी कसं! विशेषत: त्यांनी 'वाचलात का तो?' असं उत्सुकतेनं विचारल्यावर तर नाहीच.

मी म्हटलं, ''वाचला असो की नसो, त्यानं काही फरक पडत नाही. खरी गोष्ट...''

''खरी गोष्ट हीच की उद्या मी त्यांना जेवायला वाढेन, तेव्हा त्यांच्या पानात पशुपक्षी, स्थावरजंगम – सगळं असेल हे पक्कं ठाऊक आहे त्यांना. म्हणून तर एवढ्या निर्धास्तपणे टोमॅटोचं गुणगान चाललंय. त्यांच्याकडे पाहिल्यावर हे शाकाहार करतात, हे खरं वाटेल का कुणाला? दादू, तुम्ही सगळ्यांवरच विश्वास ठेवता. अगदी माझ्यावरसुद्धा! म्हणून तर मी थट्टेतही काही बोलत नाही.''

बोलत-बोलत आम्ही त्यांच्या घराजवळ येऊन पोहोचलो. अचानक अचिरा म्हणाली, ''आता आपण आपल्या घरी जा.''

''का? तुम्हाला घराच्या दारापर्यंत पोहोचवणार होतो.''

''घरात पसारा पडलाय. पाहिलात तर म्हणाल की, बंगाली स्त्रिया गबाळच असतात. उद्या मी घर असं सजवून ठेवेन की, मेमसाहेबाचीच

आठवण येईल.''

''हिचं बोलणं मनावर घेऊ नका हं! डॉक्टर सेनगुप्त. फार बोलतेय ही. पण हा तिचा स्वभाव नाही. इथं कुणी नाही ना म्हणून बोलून माझं मन रमवत असते झालं! तीच सवय लागलीय. ती गप्प बसली ना तर आमचं घर आणि माझं मन खायला उठतं. तिला माहीत आहे ते. पण तिच्याबद्दल उगाच गैरसमज व्हायचा म्हणून भीती वाटते.''

आजोबांना बिलगत अचिरा म्हणाली, ''होऊ दे ना गैरसमज, दादू! टीका झालीच पाहिजे, नाहीतर आयुष्य अगदीच अनइन्टरेस्टिंग होईल.''

प्राध्यापक अभिमानानं म्हणाले, ''आमची दिदी बोलण्यात फार हुशार आहे बरं का! तिच्यासारखी दुसरी माझ्या पाहण्यात नाही.''

''तुम्ही माझ्यासारख्या कुणाला पाहिलं नाही आणि मी तुमच्यासारख्या कुणाला पाहिलं नाही.''

''सर, जाण्यापूर्वी मला एक गोष्ट प्रॉमिस करा.'' मी म्हणालो.
''कोणती?''

''आपण जितक्या वेळा मला 'आपण' म्हणाल तेवढ्या वेळा मनातल्या मनात मी जीभ चावेन. त्यापेक्षा आपण मला तुम्ही म्हटलं, तर आपल्या स्नेहाला मी योग्य आहे, असंच वाटेल मला. या घरात मला 'आपण'वरून 'तुम्ही'वर आणण्यासाठी आपली नातही आपल्याला मदत करेल.''

''बाप रे! अहो, मी एक सामान्य नात. आपण एवढे बडे. मी एवढ्या उंचीवर पोहोचणार कशी! माझं म्हणणं, आणखी थोडे दिवस जाऊ देत. आपली डिग्री वगैरे विसरता आली, तर होईलही हे शक्य. पण दादूंची गोष्ट मात्र वेगळी आहे. आताच सुरू करा दादू. म्हणा बरं की, तुम्ही उद्या जेवायला या. दिदीनं माशाच्या कालवणात मीठ जास्त घातलं असेल, तरी सभ्य माणसासारखं म्हणायचं, 'वा! काय छान झालंय! आणखी वाढ थोडं.' ''

प्राध्यापकांनी माझ्या खांद्यावर प्रेमानं हात ठेवला. म्हणाले, ''बाबा, काही दिवसांपूर्वी दिदीला पाहिलं असतं, तर ती किती लाजरीबुजरी आहे, ते कळलं असतं. म्हणूनच ओळख करून घेणं भाग पडलंच, तर तिला जरा जास्तच बोलावं लागतं.''

''बघितलं ना डॉक्टर सेनगुप्त. दादू गोड बोलून मला कशी शिक्षा

करतात ते! मधात बुडवल्यासारखे शब्द. त्यांना सरळ म्हणता आलं नसतं का की, फार बडबड चाललीय. तुझी ही चुरचुर आता नाही सहन होत. पण आपण मला डिफेन्ड केलं पाहिजे. कसं कराल? सांगा ना?''

"तुमच्या तोंडावर नाही सांगणार.''

"फार कडक असेल ना?''

"माझ्या मनातलं माहीत आहे आपल्याला.''

"मग राहू घ्या. आपण आता घरी जा.''

"एक गोष्ट सांगायची राहिलीय. उद्या आपल्याकडची मेजवानी ही माझं नवीन नामकरण साजरं करण्यासाठी असेल. उद्यापासून डॉक्टर सेनगुप्त जाऊन फक्त नवीनमाधव राहील. सूर्याजवळून भ्रमण करताना धूमकेतूची शेपटी नाही का जात तुटून! राहतं फक्त डोकं. तसंच.''

"तसं असेल तर नामकर्तन म्हणा. नामकरण कशाला!''

"ठीक! तसंच!''

अशा रीतीनं आमच्या पहिल्या भेटीचा महत्त्वाचा दिवस पार पडला.

वृद्धत्वाचं किती शांत सौंदर्य! किती प्रसन्न व्यक्तिमत्त्व! डोळे जणू आशीर्वाद देत होते! हातात पॉलिश केलेली काठी, खांद्यावर घडी घातलेली पांढरीशुभ्र चादर, व्यवस्थित चुणलेलं धोतर, टसरचा सदरा, डोक्याचे पांढरे केस विरळ झालेले तरीही व्यवस्थित विंचरून बसवलेले. त्यांच्या दिनक्रमात, पोशाखात त्यांच्या नातीची हस्तकला असल्याचा स्पष्ट प्रत्यय येत होता. ते अती लाडाचे अत्याचार सहन करत होते, ते केवळ नातीला खूश ठेवण्यासाठी.

त्यांची माहिती मिळवणं, हे माझ्या संशोधनापेक्षा महत्त्वाचं ठरलं.

आता प्राध्यापकांच्या नावाचाच वापर करेन – अनिलकुमार सरकार. मागच्या पिढीतील केम्ब्रिजच्या पीएच.डीपैकी एक. काही महिन्यांपूर्वी एका उपनगरातील कॉलेजचे प्रिन्सिपल होते. त्या पदाचा राजीनामा देऊन या भागातील एका ओसाड डाकबंगल्यात राहायला आले होते. स्वत:च्या खर्चानं डाकबंगल्याची दुरुस्ती करून घेतली होती. हा झाला थोडक्यात इतिहास. बाकी बंकिमच्या पत्रावरून कळलंच आहे.

माझ्या गोष्टीचं आदिपर्व संपलं. कथेमध्ये आदी आणि अंत यामध्ये फार अंतर नसतं. तिचा स्व-भाव नष्ट होऊ नये म्हणून तिचा विस्तार करण्याचा मोह मी आवरता घेणार आहे.

अचिराशी मोकळेपणानं बोलायची संधी लवकरच मिळाली. त्या दिवशी आम्ही तनिका नदीकाठी वनभोजनाला गेलो होतो.

प्राध्यापकांनी मला अचानक विचारलं, ''नवीन, लग्न झालंय तुमचं?'' त्यांच्या प्रश्नात लहान मुलाची निरागसता होती.

प्रश्नामागचा उद्देश एवढा स्पष्ट होता की, दुसऱ्या कुणी हा प्रश्नच टाळला असता. ''नाही. अजून तरी नाही.'' मी उत्तर दिलं.

अचिरापासून काही निसटणं अशक्यच. ती म्हणाली, ''दादू, हा 'अजून' शब्द आहे ना त्याला तसा काही अर्थ नाही. ग्रासलेल्या वधूपित्यांना सांत्वना देण्यासाठी आहे तो.''

''अजिबात अर्थ नाही, असं एकदम कसं ठरवलंत?''

''हे साधं गणित आहे. आपलं वय छत्तीस आहे, हे मागेच सांगितलंय. मग हिशेब केला. आपल्या आई कमीतकमी पाच-सात वेळा तरी म्हणाल्या असतीलच की, बाबा घरात सून आण. पण आपण पालुपद लावलं असेल की, आधी लोखंडी ट्रंक भरून पैसा आणायला हवा. बिचाऱ्या आई डोळे पुसून गप्प बसल्या असतील. मग आपल्याला सगळं मिळालं. एक फाशी सोडून. अखेर इथं मोठ्या पगाराची नोकरीही मिळाली. आई पुन्हा म्हणाल्या असतील की, बाबा आता तरी लग्न कर. माझे असे किती दिवस राहिलेत! तेव्हा आपण सांगून टाकलं असेल की, माझं आयुष्य आणि माझं सायन्स एकच आहे आणि ते मी देशाला अर्पण करणार आहे. मी कधीच लग्न करणार नाही. हताश होऊन त्यांनी डोळे पुसले असतील. खरं सांगा की, आपल्या छत्तीस वर्षांच्या आयुष्याच्या मी मांडलेल्या हिशेबात काही चूक आहे का?''

या मुलीशी अनवधानानं काही बोलणं धोकादायकच! काही दिवसांपूर्वीचा प्रसंग. बोलण्याच्या ओघात अचिरा मला म्हणाली, ''आपल्या देशात संसारातील जोडीदारीण म्हणून स्त्रियांना स्वीकारलं जातं. ज्यांना संसार करायचा नसतो त्यांना स्त्रीची काहीच आवश्यकता वाटत नाही. पण विलायतेत विज्ञान तपस्वींना आपल्या क्षेत्रातील जोडीदारीण मिळू शकते. उदाहरणार्थ, प्राध्यापक क्युरी आणि मादाम क्युरी. आपण

विलायतेला राहत असताना अशी कुणी स्त्री भेटली नाही का आपल्याला?''

कॅथरिनची आठवण झाली. लंडनला असताना आम्ही बरोबर काम केलं होतं. एवढंच नाहीतर आमचं एक संशोधन दोघांच्या नावानं प्रसिद्ध झालं होतं. अचिराचं म्हणणं बरोबरच होतं. अचिरानं विचारलं, ''तिच्याशी लग्न का नाही केलंत? ती तयार नव्हती का?'' पुन्हा कबूल करावं लागलं की, ती तयार होती. तिनंच लग्नासाठी विचारलं होतं.

''मग?''

''पण माझं काम फक्त सायन्सचं संशोधन नव्हे, देशासाठी काम करतोय मी.''

''म्हणजेच आपल्यासारख्या साधकाला प्रेमाची पूर्तता जमणारी नाही. स्त्रियांच्या आयुष्याचं अंतिम लक्ष्य व्यक्तिगत असतं, तर पुरुषांचं नेमकं उलटं.''

मला ताबडतोब काहीच बोलता आलं नाही. मी गप्प बसलोय असं पाहून तीच पुढे म्हणाली, ''आपण बहुधा बंगाली साहित्य वाचलं नसावं. 'कच-देवयानी' म्हणून एक कविता आहे. त्यात हेच म्हटलंय. स्त्री ही पुरुषाला बांधून ठेवायला बघते. तेच तिचं व्रत असतं आणि पुरुषाचं व्रत असतं, ते बंधन तोडून अमरकीर्तीचा मार्ग तयार करणं. देवयानीची याचना डावलून कच निघून गेला आणि आपण आईची विनवणी डावलून आलात. एकूण एकच. स्त्री-पुरुषातलं हे चिरकाल चालत आलेलं द्वंद्व आहे. त्यात आपण जिंकलात. पौरुषाचाच जय होऊ दे. रडू देत स्त्रियांना. ते अश्रू पूजेचा नैवेद्य म्हणून स्वीकार करावेत पुरुषांनी. नैवेद्य असतो देवासाठी. पण देव असतो निरासक्त.''

प्राध्यापकांना या चर्चेचं मूळ कारण कळलंच नाही. ते अभिमानानं म्हणाले, ''दिदी सखोल सत्य किती सहजपणे सांगते. परक्या माणसानं ऐकलं, तर त्याला वाटेल –''

त्यांची चिंता एकच – परका माणूस त्यांच्या नातीला नीट समजावून घेऊ शकणार नाही.

अचिरा म्हणाली, ''परका माणूस एखाद्या बाईचा शिष्टपणा सहन करणारच नाही. त्याचा विचार करू नका. तुम्ही माझ्याबद्दल गैरसमज करून घेतला नाहीत म्हणजे झालं.''

अचिरा एखादी महत्त्वाची गोष्ट हसत-हसत सांगून टाकत असे. पण

आज मात्र ती गंभीर होती. भवतोषनं तिला भासवलं असावं की, त्यानं भारत सरकारच्या आकाशातील तेजस्वी प्रभावळीतून पत्नी आणली असली, तरी त्यामागील त्याचा उद्देश उच्च व नि:स्वार्थी आहे. देशासाठी तो ब्रिटिश सरकारच्याच भांडारातून शक्ती गोळा करू शकेल. पण अचिराला फसवणं इतकं सोपं नव्हतं. ती काहीही विसरली नव्हती, हे दोन तुकडे केलेल्या पत्राच्या पाकिटावरूनच सिद्ध होत होतं.

अचिरानं पुन्हा सुरुवात केली, ''देवयानीनं कचाला काय शाप दिला माहीत आहे, नवीनबाबू?''

''नाही.''

''तुमचं ज्ञान तुम्ही वापरू शकणार नाही, पण दुसऱ्याला दान करू शकाल असा शाप दिला तिनं. मला या शापाचं नवल वाटतं. सध्या युरोपला कुणी असा शाप दिला तर तो वाचेल तरी! कारण युरोपला फार हाव सुटलीय. या हावेपोटीच त्याचा नाश होईल. जगातली प्रत्येक गोष्ट आपलीच असल्यासारखी वापरतोय युरोप. दादू, मी म्हणते ते खरं आहे ना?''

''अगदी खरं! पण मला आश्चर्य वाटतं की, एवढा विचार तू केलास केव्हा?''

''हे काही माझं स्वत:चं डोकं नाही. तुमच्याकडूनच बरेच वेळा ऐकलंय ना! तुमचा एक फार मोठा गुण म्हणजे तुम्ही एकदम विसरभोळे आहात. केव्हा काय बोललात ते पार विसरून जाता. मग चोरीच्या मालावर स्वत:चा शिक्का मारायला मुळीच भीती वाटत नाही.''

मी म्हटलं, ''चोरीची विद्याच मोठी विद्या असते. हे विद्येच्या बाबतीत खरं आहे, तसं राष्ट्राच्या बाबतीतही. मोठे-मोठे सम्राटच मोठे चोर होते. खरं तर जे शिक्का मारण्यापूर्वीच पकडले जातात ते असतात भुरटे चोर.''

अचिरा सांगायला लागली, ''त्यांच्या कितीतरी विद्यार्थ्यांनी त्यांच्या लेक्चर्सच्या नोट्स घेऊन पुस्तकं लिहिली आणि नाव कमावलं. दादू ती पुस्तकं वाचतात आणि त्यांचं कौतुक करतात. ते स्वत:चंच कौतुक करताहेत, हे त्यांच्या लक्षातच येत नाही. मी नशीबवान. माझ्या वाट्याला असं कौतुक नेहमीच येतं. आता नवीनबाबूंचंच पाहा ना! ज्या वहीत ताम्र-पाषाण युगाच्या नोंदी ठेवतात, त्यात नवीनबाबूंनी माझ्या

ओरिजिनॅलिटिच्या नोंदी ठेवायला सुरुवात केलीय. विचारा त्यांना. लगेच कबूल करतील ते. कॉलेजमध्ये असताना तुम्ही मला कच-देवयानीची कविता ऐकवली होती. आठवतं? तेव्हापासून मी पुरुषांचा मोठेपणा मनातल्या मनात मान्य केला. पण तोंडानं कधीच कबूल केला नाही.''

''पण दिदी, मी स्त्रियांना कधीच कमी लेखलेलं नाही.''

''तुम्ही कसे लेखाल! तुम्ही तर स्त्रियांचे अंध भक्त! तुमची प्रशंसा ऐकून हसत असते मी मनातल्या मनात. स्त्रिया निर्लज्जपणे सगळं मानून घेतात. स्वस्तात प्रशंसा ऐकायची त्यांना सवयच झालीय.''

त्या दिवशी झालेला हा संवाद म्हणजे काही थट्टामस्करी नव्हती. त्यात युद्धाचा इशारा होता. अचिराच्या स्वभावाचे दोन पैलू होते आणि तिची आश्रयस्थानंही दोन होती – एक तिचं घर आणि दुसरं पंचवटी. जेव्हा माझी तिच्याशी चांगली ओळख झाली तेव्हा त्या पंचवटीच्या एकांतात थट्टामस्करीच्या आडून माझ्या आयुष्यात सध्या उद्भवलेलं संकट तिच्या कानावर घालून, त्यावर उपाय शोधावा, असं ठरवलं होतं. पण तो मार्ग बंद होता. आमच्या ओळखीच्या पहिल्या दिवशी, मला पहिलं बोलता आलं नाही, तसंच इथं असलेल्या अचिराशीही मला प्रथम विषयाला हात घालता आला नाही. तिच्याशी बोलताना तिच्या मनाचा थांग मला लागला नाही. तिच्या घरापाशी तिचं हसणं आणि बडबड मला पाऊल पुढे टाकण्यास अटकाव करत होतं आणि पंचवटीच्या एकांतात माझ्या मनातील खळबळ निश्चल नि:शब्दतेत विरून जात होती. कधीमधी तिच्या घरी चहाचं निमंत्रण असे, त्या वेळी बोलण्याच्या ओघात मन मोकळं करण्याची संधी चालून येताच, अचिराला भावी संकटाची चाहूल लागायची आणि मग तिच्या वाग्बाणांचा वर्षाव सतत वेगाने चालू राहायचा. क्षणाचीही संधी मिळणं तर कठीणच, पण एकंदर वातावरणही माझ्या दृष्टीनं प्रतिकूल व्हायचं. माझं मन बेचैन झालं होतं, कामात मुळीच लक्ष लागत नव्हतं. त्यामुळे मी मनातून शरमिंदा झालो होतो. बजेटच्या मीटिंगमध्ये आमच्या रिसर्च-विभागासाठी आणखिी पैसे मंजूर करून घ्यायचे होते, पण त्यासाठीचा माझा रिपोर्ट अर्धासुद्धा लिहून झाला नव्हता. त्याऐवजी काही दिवस रोज मी क्रोचेच्या एस्थेटिक्सबद्दलची टीका ऐकत होतो. मला त्यात गम्यही

नव्हतं आणि रसही नव्हता. अचिराला हे समजलं होतं. ती तिच्या दादूंना प्रोत्साहन द्यायची आणि मनातल्या मनात हसायची. सध्या behaviourismच्या विरोधात असणाऱ्या मतांचं स्पष्टीकरण सुरू होतं. या मूल्यमापनाच्या वेळची सर्वांत वाईट गोष्ट म्हणजे, 'हे मी पूर्वींच ऐकलंय,' असं म्हणून अचिरा बागकामाचं निमित्त करून तिथून निसटत असे. मी मूर्खासारखा बसत असे आणि मधून-मधून दाराकडे बघत असे. एक गोष्ट बरी होती – या स्पष्टीकरणातून त्या विषयातील गुंतागुंतीच्या प्रश्नाचा मला उलगडा झाला आहे की नाही, हे प्राध्यापक महाशय कधीच विचारत नसत. त्यांच्या मते सगळंच समजायला अगदी सोपं होतं.

असं किती दिवस चालणार! कधीतरी माझ्या मनातली गोष्ट मला बोलायला हवीच होती! असेच एकदा पिकनिकला गेलो असताना प्राध्यापक एका पडक्या मंदिराच्या पायरीवर नुकतंच आणलेलं न्यू केमिस्ट्रिवरचं पुस्तक वाचत बसले होते. अचिरा टेंबुर्णींच्या बुटक्या झाडाखाली बसली होती. अचानक ती मला म्हणाली, ''या अविनाशी मनामध्ये एक आंधळी प्राणशक्ती असते. तिची मला हळूहळू भीती वाटायला लागलीय.''

मी म्हटलं, ''नवलच आहे! माझ्या डायरीत मी त्या दिवशी अगदी असंच लिहिलंय.''

अचिरा पुढे बोलतच राहिली, ''जुन्या इमारतीच्या एखाद्या भेगेत हळूच वडाचं झाड उगवतं. मग त्याची मुळं इमारतीला आवळत जातात आणि तिचा नाश करतात. हेही तसंच आहे. त्याबद्दलच मी दादूंशी बोलत होते. दादू म्हणाले की, माणसांच्या वस्तीपासून बरेच दिवस दूर राहिल्यास निसर्गाच्या प्रभावानं माणसाचं मन दुबळं होतं आणि आदिम सजीव प्रकृती जास्त-जास्त प्रभावी होते. मग मी विचारलं की, अशा वेळी करायचं तरी काय? ते म्हणाले की, आपलं मन तर आपल्याबरोबर असतंच. गर्दीपेक्षा एकांतात ते आपल्याला अधिक चांगलं समजतं. ही माझी पुस्तकंच पाहा ना! दादूंना बोलायला काय जातं! सगळ्यांना एकच औषध कसं लागू पडेल! आपलं काय म्हणणं आहे?''

''ठीक आहे. सांगतो. पण माझ्या बोलण्यावर नीट विचार करा. मला वाटतं की, अशा ठिकाणी अशा एखाद्या माणसाची अंतर्बाह्य

सोबत हवी, जिच्या सामर्थ्यामुळे मानवप्रकृतीला पूर्णता येईल. अशी सोबत जोपर्यंत मिळणार नाही, तोपर्यंत अंधशक्तीपुढे हार खावीच लागेल. आपण एखाद्या सामान्य स्त्रीसारख्या असता, तर माझ्या तोंडातून अखेरपर्यंत सत्य बाहेर पडलंच नसतं.''

''बोला ना! मागे-पुढे करू नका.''

''मी आहे शास्त्रज्ञ. तेव्हा मी इम्पर्सनलीच बोलेन. एके काळी आपण भवतोषवर खूप प्रेम केलं होतं. आजही त्याच्यावर तेवढंच प्रेम करता का?''

''धरून चाला, नाही करत.''

''मीच याला कारण आहे.''

''असू शकेल. पण आपण एकटेच नाही. वनातली ही भयंकर अंधशक्तीही; म्हणूनच त्या प्रेमापासून दूर जाण्याची मला लाज वाटते, हे योग्य नाही वाटत.''

''का नाही वाटत?''

''बऱ्याच प्रयत्नानं माणूस आपल्या मनात काही आदर्श निर्माण करतो. प्राणशक्तीचं अंधत्व तो आदर्श मोडतं. आपल्याबद्दल वाटणारं प्रेम हे अंधशक्तीच्या आक्रमणाचं फळ आहे.''

''स्त्री असून आपण प्रेमाला अशी दूषणं का देता?''

''स्त्री आहे म्हणूनच देते. आम्ही प्रेमाच्या आदर्शाला पूजतो. त्यालाच म्हणतात पातिव्रत्य. पातिव्रत्याचा हा आदर्श जंगलाच्या प्रकृतीचा नाही, तो मानवी आहे. या एकांतात सगळे आघात, सगळी फसवणूक सहन करून, इतके दिवस त्या आदर्शाचीच पूजा करत होते. त्याचा सांभाळ केला नाहीतर माझं पावित्र्य नष्ट होईल.''

''भवतोषवर आपण विश्वास ठेवू शकता?''

''नाही.''

''त्याच्याकडे जाल?''

''नाही. पण तो आणि माझ्या आयुष्यातील पहिलं प्रेम एक नाही. आता माझ्या दृष्टीनं ते प्रेम इम्पर्सनल आहे. दुसऱ्या कुठल्या आधाराची गरजच नाही.''

''नीट समजलं नाही मला.''

''आपल्याला नाहीच समजायचं! आपली संपत्ती ज्ञान. सर्वांत उच्च

शिखरावर पोहोचल्यावर ते ज्ञान इम्पर्सनल होतं. स्त्रियांची संपत्ती असते हृदयाची. जे बाहेर दिसतं, ज्याला स्पर्श करता येतो, ज्याचा भोग घेता येतो – हे सगळं त्यांनी गमावलं तरी त्यांचा प्रेमादर्श शिल्लक उरतोच आणि तो शब्दांत नाही मांडता येत. म्हणजेच तो इम्पर्सनल असतो.''

मी म्हटलं, ''हे बघा, आता वाद घालत बसण्यास वेळ नाही. माझं इथलं काम संपत आलंय, हे इथल्या वर्तमानपत्रातून समजलं असेलच. असिस्टन्ट जिऑलॉजिस्टच्या मते इथून काही अंतरावर संशोधनाचं काम सुरू करावं लागेल पण –''

''मग का नाही गेलात?''

''आपल्याकडून अखेरचा –''

''माझ्याकडून आपल्याला अखेरचा शब्द हवाय. पहिला शब्द पूर्वीच वसूल केलाय.''

''हो. तसंच!''

''मग आता स्वच्छच सांगते. या पंचवटीत बसून आपल्या नकळत काही दिवस पाहातेय मी आपल्याला. उन्हाची पर्वा न करता, दिवसभर कष्ट करत होतात तेव्हा तुम्हाला कुणाच्या सोबतीची गरज वाटली नाही. कधी-कधी हताश झाल्यासारखे दिसायचात. जे मिळेल अशी खात्री होती, ते मिळालं नसावं. पण दुसऱ्याच दिवसापासून न थकता शोधाशोध सुरू व्हायची. बलवान शरीराच्या जोरावर समर्थ मनाची जणू जययात्रा सुरू होती. असा विज्ञानाचा तपस्वी मी तरी दुसरा कुणी पाहिला नाही. दुरूनच भक्ती करत होते मी.''

''आता समजलं....''

''नाही. माझं ऐका. आपली ओळख जसजशी दाट व्हायला लागली तसतशी आपल्या कर्तव्यात कसूर व्हायला लागली. क्षुल्लक कारणांनी कामात व्यत्यय यायला लागला. मग मला माझीच – म्हणजे या बाईची भीती वाटायला लागली. शी! शी!! हिनं सगळं अपयशाचं विष कालवलं. ही झाली तुमची गोष्ट. आता माझी सांगते. माझीही एक साधना सुरू होती. तपस्याच म्हणा ना! त्यामुळे माझं जीवन पवित्र होईल, निर्मळ होईल, अशी खात्री होती मला. पण लक्षात आलं की, माझ्या तपस्येत अडथळे येताहेत. जी चंचलता माझ्यात ठाण मांडून बसली होती, तिची प्रेरणा होती, या घनदाट वनाच्या निःश्वासातून

बाहेर पडणारी आदिम प्राणशक्ती. कधी-कधी इथल्या राक्षसी रात्रीच्या गारुडामुळे वाटायचे की, इथं एक प्रवृत्तीरूपी राक्षस आहे आणि तो मला माझ्या दादूंपासून हिरावून घेईल. त्याचे वीस हात हळूहळू माझ्यापर्यंत येताहेत. असं वाटलं की, अंथरुणातून उठून, पळत जाऊन, मी नदीत झेप घेऊन अंघोळ करायची.'' हे बोलत असतानाच तिनं दादूंना हाक मारली.

प्राध्यापक महाशयांनी पुस्तक बाजूला टाकलं आणि घाईघाईत नातीपाशी येऊन त्यांनी गोड आवाजात विचारलं, ''काय ग, दिदी?''

''त्या दिवशी तुम्ही सांगितलं नाही का की, माणसातलं सत्य त्याच्या तपस्येतून प्रकट होतं? त्याचा आविष्कार बायॉलॉजिकल नसतो.''

''हो. तसंच म्हटलं होतं मी. जगात जंगली माणूस जनावरासारखा. पण तपस्येमुळेच तो ज्ञानी होतो. अजून तपस्या करायला हवी, जडता नष्ट करायला हवी; म्हणजे माणसाचा देव होईल. पुराणात देवत्वाची कल्पना आहे, पण भूतकाळात देव नव्हताच. देव असेल भविष्यात, माणसाच्या इतिहासाच्या अखेरच्या अध्यायात.''

''दादू, आता मला जे काही सांगायचंय ते सांगून टाकते. किती दिवस मनात उलघाल सुरू आहे.''

मी उठलो. ''तर मग मी येतो.''

''नाही. आपण बसा. दादू, कॉलेजमधील तुमची प्रिन्सिपलची जागा रिकामी झालीय. त्या जागेवर तुम्ही पुन्हा जावं म्हणून सेक्रेटरींनी विनंती केलीय. तुम्ही मला सगळी पत्रं दाखवता. फक्त हेच दाखवलं नाहीत. तुमचा काहीतरी वेगळाच हेतू आहे, असा संशय मला आला म्हणून ते पत्र मी चोरून वाचलं.''

''माझंच चुकलं.''

''काही चुकलं नाही. मीच तुम्हाला तुमच्या पदावरून खाली खेचलंय. मी सगळ्यांना खाली खेचण्यासाठीच आहे.''

''असं का म्हणतेस, दिदी!''

''खरं तेच बोलतेय. जग नसेल तर ब्रह्माला हातावर हात धरून नुसतं बसावं लागेल. तसंच तुमचं आहे. विद्यार्थीच नसतील... खरं सांगा, दादू!''

''अग, मी मास्तरकीच करत आलोय ना! म्हणून....''

''तुम्ही आणि मास्तर! अहो, तुम्ही जन्मजात शिक्षक आहात. आचार्य! तुमची ज्ञानसाधना स्वत:साठी नाही. ती आहे ज्ञानदानासाठी. नवीनबाबू, पाहिलंत ना! एखादी कल्पना मनात आली की, मला पकडतात. मग दयामाया नाही. बारा आणेसुद्धा समजत नाही मला; नाहीतर आपल्याला. ते तर आणखीनच वाईट! आपलं मन कुठं आहे ते समजतच नाही. शुद्ध ज्ञानाकडे आहे, असं धरूनच चालतात. दादू, तुम्हाला विद्यार्थी हवेतच; पण विद्यार्थी निवडून घ्यायला विसरू नका.''

प्राध्यापक म्हणाले, ''विद्यार्थींच शिक्षकाला निवडतात. गरज तर त्यांनाच असते.''

''बरं, या विषयावर नंतर बोलू. सध्या माझ्या लक्षात आलंय की, शिक्षकाला मी पुस्तकातला किडा करून टाकलंय. माझ्या मूर्खासारख्या गरजा – आणि त्या भागविण्यासाठी तुमच्या साधनेत मी व्यत्यय आणतेय. तुम्हाला प्रिन्सिपलची जागा घ्यायलाच हवी. लगेचच आपल्याला परत फिरायला हवं.''

प्राध्यापक हतबुद्ध होऊन अचिराकडे पाहतच राहिले. अचिरा म्हणाली, ''ओ! आलं लक्षात! माझं कसं होईल, असा विचार करताय ना तुम्ही? पण तुम्हीच आहात माझा आधार! भोलानाथ, जर मीच तुम्हाला नको असेन, तर 'दिदीमा द सेकंड' आणावीच लागेल. तुमची लायब्ररी विकून नव्या दिदीमाला दागिने करा. मग मी जाईन कुठंतरी दूर. तुमचा अहंकार आड येत नसेल, तर तुम्हाला हे कबूल करावंच लागेल की, माझ्याशिवाय तुमचं एक दिवससुद्धा चालायचं नाही. मी नसले, तर आश्विन पंधराला ऑक्टोबर पंधरा समजाल. एखाद्या बरोबरच्या अध्यापकाला जेवायला बोलवाल आणि स्वत: लायब्ररीचं दार लावून एखादं कठीण इक्वेशन सोडवत बसाल. नाहीतर अजून बांधकामच झालं नाही, अशा ठिकाणी ड्रायव्हरला पोहोचवायला सांगाल. मी अतिशयोक्ती करतेय का, नवीनबाबू?''

''अजिबात नाही. मी त्यांना पाहतोय ना काही दिवसांपासून, म्हणून तर ठामपणे सांगतोय की, आपलं म्हणणं शंभर टक्के खरं आहे.'' मी म्हणालो.

''आज असं अभद्र का बोलतेयस? माहीत आहे नवीन, असं वाटेल ते ही हल्लीच बोलायला लागलीय.''

''सगळं ठीक होईल. आधी तुम्ही कामावर रुजू व्हा. मग नाडी ठिकाणावर येईल. गडबड-दटावणी सगळं थांबेल.''

प्राध्यापकांनी मला विचारलं, ''तुमचं काय म्हणणं आहे, नवीन?''

ते विद्वान असल्यानं जिऑलॉजिस्टच्या बुद्धिमत्तेवर त्यांचा एवढा विश्वास होता! मी क्षणभर गप्प बसलो आणि मग म्हणालो, ''अचिरादेवींसारखा योग्य सल्ला दुसरं कुणीच देऊ शकणार नाही.''

अचिरा उठली आणि तिने पायाला हात लावून मला नमस्कार केला. मी संकोचानं मागे सरकलो. अचिरा म्हणाली, ''संकोच करू नका. आपल्यापुढे मी कुणीच नाही, हे लवकरच कळेल. आताच अखेरचा निरोप घेते. जाण्यापूर्वी पुन्हा भेट होणार नाही.''

''असं काय म्हणतेस, दिदी!'' प्राध्यापक अचंब्यानं म्हणाले.

''दादू, खूप गोष्टी ठाऊक आहेत तुम्हाला, पण काही गोष्टीत मला तुमच्यापेक्षा जास्त समजतं, हे कृपया मान्य करा.''

मी प्राध्यापकांच्या पायाला हात लावून नमस्कार केला. त्यांनी मला छातीशी धरलं. म्हणाले, ''तुम्ही फार मोठे होणार आहात, हे माहीत आहे मला.''

इथंच माझी गोष्ट संपली. या पुढची गोष्ट जिऑलॉजिस्टची. घरी आलो. माझ्या कामाच्या नोंदी आणि रेकॉर्ड बाहेर काढलं. एकदम आनंद वाटला – हीच मुक्ती हे कळलं. संध्याकाळी दिवसभराचं काम संपवून व्हरांड्यात येऊन बसलो. पक्षी पिंजऱ्यातून बाहेर आलाय. पण पायात बेडीचा तुकडा अडकलाय आणि हालचाल करताना तो वाजतोय, हे जाणवलं.

◆

लॅबरेटरि

नंदकिशोर लंडन युनिव्हर्सिटितून इंजिनिअर झाला होता. शिष्ट भाषेत जिला 'तैलबुद्धी' म्हणतात, तशीच होती त्याची बुद्धी. इंग्रजीत म्हणायचं, तर तो 'ब्रिलियन्ट' होता. पहिलीपासून पदवीपर्यंत प्रत्येक परीक्षा तो प्रथम क्रमांकानं उत्तीर्ण झाला होता.

नंदकिशोरच्या बुद्धीची पोहोच दूरगामी होती; उद्देश बुलंद होता; चणचण होती ती फक्त पैशांची.

त्या सुमारास रेल्वे कंपनी दोन मोठे पूल बांधत होती. तिथं नंदकिशोरनं आपली वर्णी लावून घेतली. अशा योजनांमध्ये नेहमीच मंजूर केलेल्या रकमेपेक्षा प्रमाणाबाहेर पैसा लागतो. हा काही चांगला पायंडा आहे, असं नाही म्हणता येत. पण होतं खरं असं! इथं नंदकिशोरनं जोमानं काम करायला सुरुवात केली, तेव्हा त्याला इथली कोणतीच गोष्ट खटकली नव्हती. अशा कामातील आर्थिक देवघेव कंपनी नामक ॲबस्ट्रॅक्ट एन्टिटिशी निगडित असल्यानं, वैयक्तिकदृष्ट्या कुणालाच नफा-तोट्याची तोशीस लागत नसे.

नंदकिशोरचं काम उत्तम होतं. त्याचे वरिष्ठ त्याला 'जीनिअस' म्हणत. तो हिशेबातही चोख होता. मात्र बंगाली असल्यानं त्याला त्याच्या कामाच्या मानानं योग्य मोबदला मिळत नव्हता. त्याच्या हाताखालच्या गोऱ्या कर्मचाऱ्यांच्या पॅन्टचे खिसे गच्च भरलेले असत. आपल्या दोन्ही खिशात हात घालून, पाय फाकवून ते उभे राहत आणि गुर्मीत त्याला 'हॅलो मिस्टर मल्लिक' असं म्हणत त्याची पाठ थोपटत. हे त्याला अजिबात आवडत नसे. कामाच्या वेळेला सगळ्यांना त्याची

आठवण व्हायची आणि नाव-पैशांच्या वेळेला गोरे लोक पुढे असायचे. त्याचा परिणाम असा झाला की, आपल्याला खरा किती मोबदला मिळायला हवा, याचा हिशेब त्यानं स्वत:शी करून ठेवला आणि कमी मिळणाऱ्या पैशांची भरपाई कशी करायची तेही पक्कं करून टाकलं.

नंदकिशोरनं योग्य मार्गानं पैसा मिळवला आणि अयोग्य मार्गानंही. पण पैशाच्या जोरावर त्यानं कधीच मौजमजा केली नाही. तो राहायचा शिकदारपाड्याच्या एका गल्लीतल्या दीड मजल्याच्या घरात. कामाच्या ठिकाणचे डाग पडलेले कपडे बदलण्यासाठी त्याला वेळ नसे. त्याबद्दल कुणी त्याची चेष्टा केली, तर तो उत्तर द्यायचा, ''मजूर महाराज म्हणून बिल्ला लावलाय. मग माझे कपडे असेच असणार.''

पण शास्त्रीय उपकरणांचा संग्रह आणि वैज्ञानिक प्रयोग करण्यासाठी मात्र त्यानं एक मोठी इमारत बांधली होती. तो स्वत:च्या छंदात इतका मशगूल होता की, लोक आपल्याबद्दल कुजबुजतात, हे त्याच्या कधी लक्षातच आलं नाही. लोक एकमेकांत बोलत की, एवढी मोठी इमारत आकाशातून पडली की काय? अल्लाउद्दीनचा दिवा ठेवला होता तरी कुठं!

एकदा एखाद्या गोष्टीचा नाद लागला की, त्या माणसाची अवस्था दारुड्यासारखी होते. लोकांना काही संशय येतोय, याचं त्याला भानच राहत नाही. हा माणूस तर एकदम विचित्र होता. विज्ञानाचं त्याला भलतंच वेड होतं. कॅटलॉगची पानं उलटता-उलटता त्याचं तनमन उत्तेजित व्हायचं. भारतातील मोठमोठ्या विद्यापीठांतही मिळणार नाहीत, अशी महागडी यंत्रं तो जर्मनीतून, अमेरिकेतून मागवायचा. इथं अशी यंत्रं नाहीत, हीच तर या ज्ञानवेड्या माणसाची खंत होती – या दुर्दैवी देशात ज्ञानाच्या जेवणातील खरकट्याचा उपयोग करून स्वस्तातलं ताट मांडलं जातं. दुसऱ्या देशात मोठमोठी यंत्रं वापरायची संधी मिळते. पण आपल्या देशात तशी संधी विद्यार्थ्यांना कधी मिळत नाही. मग विद्यार्थी क्रमिक पुस्तकाच्या रुक्ष पानांतून उरलेलं वेचून घेतात. तो ओरडून सांगायचा, ''आम्ही बुद्धीनं सक्षम आहोत. अक्षम आहोत खिशाच्या बाबतीत.'' विज्ञानाचा रस्ता रुंद करून मुलांसाठी खुला करायला हवा, हेच होतं त्याचं ध्येय.

दुर्लभ यंत्रांची आवक वाढताच; नंदकिशोरच्या सहकाऱ्यांची नैतिकता

जागी झाली. त्यांना हे सर्व सहन होईना. या वेळी त्याच्या वरिष्ठांनी त्याला संकटापासून वाचवलं. वरिष्ठांना त्याच्या क्षमतेबद्दल आदर होता. त्याशिवाय ज्यांच्यात क्षमता आहे, त्यांनी रेल्वेच्या बांधकामासाठी मिळालेला पैसा दुसरीकडे वापरल्याची बरीच उदाहरणं त्यांना माहीत होती.

नंदकिशोरला नोकरी सोडावी लागली. साहेबाच्या मदतीनं रेल्वे कंपनीचं जुनं लोखंड, लाकूड स्वस्तात विकत घेऊन नंदकिशोरनं कारखाना टाकला. तेव्हा युरोपमध्ये पहिल्या महायुद्धाची ठिणगी पडली होती. बाजार तेजीत होता. माणूस मोठा चलाख होता. वेगवेगळ्या क्लृप्त्या लढवून त्यानं प्रचंड पैसा मिळवला.

याच सुमारास त्याचं मन एका वेगळ्याच गोष्टीत गुंतलं.

एकदा व्यवसायाच्या निमित्तानं नंदकिशोर पंजाबमध्ये गेला होता. तिथं त्याला एक मैत्रीण मिळाली. एकदा सकाळी व्हरांड्यात तो चहा पीत बसला होता. तेवढ्यात एक वीस वर्षांची तरुणी घागरा फलकावत, न संकोचता त्याच्या जवळ येऊन बसली. तिचे डोळे चमकत होते. ओठांवरचं हसू धार लावलेल्या सुरीसारखं होतं. ती त्याच्या पायाला खेटून बसत म्हणाली, ''बाबूजी, गेले कित्येक दिवस मी रोज दोन वेळा इथं येऊन तुम्हाला पाहतेय. मला मोठी गंमत वाटतेय.''

नंदकिशोर हसून म्हणाला, ''का? इथं काय प्राणिसंग्रहालय आहे का?''

ती म्हणाली, ''त्याची गरजच काय! ज्यांना आत ठेवायचं, ते तर सगळे मोकळे सुटलेत. म्हणून तर मी माणूस शोधतेय.''

''मग? मिळाला का?''

नंदकिशोरकडे बोट दाखवत ती म्हणाली, ''आताच मिळालाय.''

नंदकिशोरनं हसून विचारलं, ''कसं ओळखलंस?''

ती पुढे म्हणाली, ''गळ्यात जाड सोन्याची साखळी, हातात हिऱ्याची अंगठी घातलेले इथले बडे-बडे शेठजी आले होते, तुम्हाला कोंडीत पकडायला. त्यांना वाटलं की, हा बाहेरचा माणूस, बंगाली. याला काय धंदा समजणार! चांगला बकरा मिळालाय! पण त्यातल्या एकाचीही डाळ शिजली नाही. उलट तेच तुमच्या जाळ्यात फसले. पण अजून ते त्यांना समजलं नाहीय. मला मात्र समजलंय.''

तिचं बोलणं ऐकून नंदकिशोर चमकलाच. हे प्रकरण काही साधंसुधं नाही, वेगळंच आहे, हे त्याच्या लक्षात आलं.

ती म्हणाली, ''माझी हकिकत ऐकून ठेवा. आमच्या जवळ एक फार मोठा ज्योतिषी राहतो. त्यानं माझी पत्रिका पाहून सांगितलंय की, एके दिवशी दुनियेत माझं नाव होईल. माझ्या जन्मस्थानावर सैतानाची नजर आहे.''

''काय! सैतानाची नजर!''

''बाबूजी, तुम्हाला माहीत आहे का की जगात मोठं नाव, या सैतानाचं. लोक त्याला कितीही नावं ठेवोत, पण तो सच्चा – अगदी सच्चा आहे. आमचे लोक म्हणजे बम् भोलानाथ. नशेत चूर असतात. त्यांना नित्यकर्मही जमत नाहीत. पण सरकारबहादुरांनी सैतानीच्या जोरावरच जग जिंकलंय, ख्रिस्तीधर्माच्या जोरावर नव्हे. पण ते भरवशाचे आहेत म्हणून तर राज्याचं रक्षण केलंय त्यांनी. ज्या दिवशी ते शब्द मोडतील, त्या दिवशी सैतान त्यांना अशी शिक्षा करेल!''

नंदकिशोरला आश्चर्य वाटलं.

ती पुढे म्हणाली, ''बाबू, रागावू नका. पण तुम्हाला मिळालाय तो सैतानाचा मंत्र. तुमचीच जीत होईल. अनेक पुरुषांना मी भुलवलंय. पण मला टक्का देणारा पुरुष आज भेटला. मला सोडू नका, बाबू! नाहीतर फसाल तुम्ही.''

नंदकिशोरनं हसून विचारलं, ''मला काय करावं लागेल?''

''कर्जामुळे माझ्या आजीचं घर विकलं जातंय. तुम्हाला ते कर्ज फेडावं लागेल.''

''किती आहे कर्ज?''

''सात हजार.''

तिचं धाडस पाहून नंदकिशोर चपापला. म्हणाला, ''ठीक आहे. देईन. पुढे?''

''पुढे मी तुम्हाला कधी सोडणार नाही.''

''म्हणजे? काय करशील?''

''पाहाच. माझ्याशिवाय कुणीच फसवणार नाही तुम्हाला.''

नंदकिशोरला हसू आलं, ''ठीक आहे, दिला शब्द. ही घे माझी अंगठी.''

त्याच्या मनातल्या कसवटीच्या दगडावर एका किमती धातूचा ठसा उमटला. तिच्या व्यक्तिमत्त्वाचं तेज त्याच्या लक्षात आलं. तिला तिची किंमत चांगली माहीत होती, यात संशय नव्हता. नंदकिशोर अचानक बोलून गेला, ''देईन मी पैसे. सात हजार दिले मी तुझ्या आजीला.''

या तरुण मुलीला सर्व जण 'सोहिनी' अशी हाक मारत. उत्तर भारतातील लोकांसारखा तिचा बांधा मजबूत आणि सुंदर होता. पण अशा बाह्यरंगावर भुलणाऱ्यांपैकी नंदकिशोर नव्हता. तारुण्याच्या बाजारात प्रीतीचा जुगार खेळण्यासाठी वेळच नव्हता त्याच्यापाशी.

ज्या परिस्थितीतून नंदकिशोरनं तिची सुटका केली, ती निर्मळ नव्हती आणि गुप्तही नव्हती. पण हा हट्टी, एककल्ली माणूस सांसारिक गरजा किंवा प्रथागत समजुती यांचा अजिबात विचार करत नसे. मित्र त्याला 'लग्न केलंस का?' म्हणून विचारत, तेव्हा त्याचं उत्तर असे, ''फार मोठ्या प्रमाणात नव्हे, तर सुसह्य होईल इतपत.'' पत्नीला स्वतःच्या विद्येत पारंगत करण्यासाठी चाललेली त्याची धडपड पाहून सर्व हसत आणि विचारत, ''ती काय प्रोफेसर होणारय वाटतं?'' नंद म्हणायचा, ''नाही. तिला नंदकिशोरी करायला हवी. वाटेल त्या बाईला नाही जमायचं ते. मला सवर्ण विवाह पसंत आहे.''

''म्हणजे काय बुवा?''

''नवरा इंजिनिअर आणि बायको बसलीय कुचाळक्या करत, हे मानवधर्मशास्त्राला मान्य नाही. घराघरांतून पाहावं तर वेगळ्या-वेगळ्या जातीशी लग्नगाठ बांधलेली दिसते. मी जातीतला फरक दूर करतोय. बायको पतिव्रता हवी असेल, तर त्यांचं व्रत एक नको का?''

प्रौढवयात, प्रयोगशाळेत एक भयंकर प्रयोग करताना अपघातात नंदचा मृत्यू झाला.

सोहिनीनं सगळा कारभार बंद करून टाकला खरा, पण विधवेला फसवून फायदा उकळणाऱ्यांचा गराडा तिच्याभोवती पडला. कुठलं तरी दूरचं नातं सांगणारे नातेवाईक अचानक उपटले आणि त्यांनी संपत्तीसाठी दावे दाखल केले. सोहिनीनं कायद्यातील पेच समजावून घ्यायला सुरुवात केली. शिवाय स्त्रीत्वाची मोहिनी वकिलांवर टाकायलाही तिनं

कमी केलं नाही. या बाबतीत ती निपुण होती आणि तिला संकोच कसा तो माहीत नव्हता. संस्कार मानणं, तर तिच्या गावीहीही नव्हतं. एकेक करून तिनं सर्व दावे जिंकले. तिच्या एका दूरच्या दिराला खोटे दस्तऐवज कोर्टाला सादर केले म्हणून शिक्षा झाली.

नंदकिशोर आणि सोहिनीला एक मुलगी होती. त्यांनी तिचं नाव ठेवलं होतं, नीलिमा. पण मुलीनं स्वतःच ते बदलून नीला केलं. एका सुंदर नाजूक नावाआड आई-वडिलांनी तिच्या काळेपणाचं वैगुण्य लपवलं होतं, असं मात्र कुणी मानू नये. मुलगी अगदी गोरीपान होती. तिच्या आईच्या म्हणण्यानुसार त्यांचे पूर्वपुरुष काश्मिरातून आले होते. त्यामुळेच मुलीच्या कांतीवर होती, काश्मिरी पांढऱ्या कमळाची आभा, डोळ्यांत नीलकमलांचा आभास आणि केसाला होती, सोनेरी झाक.

मुलीच्या लग्नाच्या वेळी कुलशील, जात यांचा विचार करणं शक्यच नव्हतं. एकमेव मार्ग होता, तो कुणाला तरी भुरळ घालण्याचा. या जादूनं शास्त्रावर कडी केली. एक मारवाडी कोवळा तरुण होता. त्याची संपत्ती होती, वडिलोपार्जित; पण शिक्षण होतं आधुनिक. अचानक तो सापडला मदनाच्या अदृश्य जाळ्यात. एके दिवशी गाडीची वाट पाहत नीला शाळेच्या फाटकात उभी होती. तेव्हा अचानक त्या मारवाडी मुलानं तिला पाहिलं. त्या नंतर काही दिवस तो या रस्त्यावर हवा खायला येत असे. अर्थातच स्त्रीसुलभबुद्धी नीलाही गाडी येण्यापूर्वींच फाटकात येऊन उभी राहत असे. फक्त मारवाडी मुलगाच नव्हे, तर दोन-चार इतर जातीतील मुलेही विनाकारण तिथं घुटमळत. त्यांच्यातील या मारवाडी मुलानं डोळे झाकून जाळ्यात उडी मारली. पुन्हा तो बाहेर येऊ शकला नाही. समाजाची मर्यादा ओलांडून त्यानं तिच्याशी नोंदणी पद्धतीनं लग्न केलं, पण हे लग्नाचं सुख फार दिवस टिकलं नाही. त्याच्या नशिबानं आधी बायको घरात आली, नंतर त्यांच्या वैवाहिक जीवनाच्या आड आला टाइफॉइड आणि त्यानंतर त्याची या जगातून कायमची सुटका झाली.

करायला गेली एक आणि झालं भलतंच! आईला मुलीची तडफड दिसत होती. ती स्वतः मुलीच्या वयाची असताना ज्वालामुखींचा भडका कसा उडत असे, ते तिला आठवायचं. मन खिन्न होई. तिनं मुलीला अभ्यासात, पुस्तकांत गुंतवलं. पुरुष शिक्षक ठेवला नाही. एका विदुषीकडे

हे काम सोपवून दिलं. नीलाच्या यौवनाची आच तिच्या मनालाही लागत असे. ती आच तिला लहरी कामनेच्या तीव्र विषादात धगधगायला लावत असे. चहूकडून आशिक गोळा व्हायला लागले; पण दार बंद होतं. नीलाशी मैत्री करायला बरेच जण टपलेले होते. ते तिला चहाचं आमंत्रण देत, टेनिस खेळायला बोलावत, सिनेमाचं निमंत्रण देत. पण ही आमंत्रणं तिच्यापर्यंत कधीच पोहोचत नसत. अनेक लोभी मधुगंधानं भरलेल्या आकाशात भिरभिरत. पण एकाही अभाग्याला परवानगी मिळाली नाही.

इकडे उतावीळ नीला नको तिथं लक्ष द्यायला लागली. क्रमिक पुस्तकांच्या बाहेरची पुस्तकं ती वाचायची. कलेच्या अभ्यासासाठी म्हणून नको ती चित्रं आणून पाहत बसायची. तिच्या विदुषी शिक्षिकेचीही ती पर्वा करेनाशी झाली. एकदा ती डॉर्थॉसिझन कॉलेजमधून घरी येत असताना, विस्कटलेल्या केसांच्या, तलवारकट मिशा राखलेल्या एका देखण्या मुलानं तिच्या गाडीत एक चिठी फेकली. नीलाचं रक्त सळसळलं. तिनं ती चिठ्ठी आपल्या कपड्यात लपवून ठेवली. पण आईनं तिला पकडलंच. मग सबंध दिवस उपाशीपोटी कोंडून ठेवलं.

नंदकिशोरनं ज्यांना शिष्यवृत्ती दिली होती, ती सर्व मुलं चांगलीच होती. त्यांच्यापैकी एखाद्याशी नीलाचं लग्न लावून घ्यायच्या प्रयत्नात सोहिनी होती. पण त्या मुलांचं लक्ष होतं, तिच्या पैशांवर. एकानं तर आपला प्रबंध तिलाच अर्पण केला. ते पाहून ती म्हणाली, ''जळ्ळं मेलं लक्षण! मला ओशाळं केलंस! तुझी पोस्टग्रॅज्युएटची मुदत संपत आल्याचं कळलं होतं. पण पूजा बांधलीस अगदी चुकीच्या माणसाची. हिशेब करून भक्ती करायची असते, बाबा! नाहीतर प्रगती होत नाही.''

काही दिवसांपासून एक मुलगा सोहिनीच्या नजरेत भरला होता. मुलगा पसंत पडण्यासारखाच होता. नाव होतं, रेवती भट्टाचार्य. एवढ्यातच त्याला सायन्समध्ये डॉक्टरेट मिळाली होती. त्याच्या काही लेखांची परदेशात बरीच चर्चाही झाली होती.

लोकांमध्ये मिसळण्याचं कौशल्य सोहिनीपाशी चांगलं होतं. मन्मथ

चौधरी रेवतीचे पूर्वीचे एक प्रोफेसर. सोहिनीनं त्यांना वश केलं. कधी चहाबरोबर टोस्ट्स, कधी ऑम्लेट, तर कधी इलिश माशांच्या अंड्याचे वडे खायला घालून. तिनं त्यांच्यापाशी हा विषय काढला. म्हणाली, "तुम्हाला कदाचित प्रश्न पडला असेल की, मी पुन्हा-पुन्हा तुम्हाला चहाला का बोलावते?"

"मिसेस मल्लिक, हा काही माझा चिंतेचा विषय नाही, एवढं नक्की."

"लोकांना वाटतं की, मी मैत्री करते ती स्वार्थासाठी."

"हे बघा, मिसेस मल्लिक, गरज कुणालाही असो, मैत्री होणं हाही एक फायदाच आहे, असं आपलं माझं मत आहे, बरं का! आणि माझ्यासारख्या प्राध्यापकामार्फत स्वार्थ साधला जात असेल, तर तेही काही कमी महत्त्वाचं नाही. या सगळ्या प्रोफेसरांची बुद्धी पुस्तकाबाहेरची हवा खातच नाही. म्हणून बुद्धिमांद्य आलंय त्यांना. माझं बोलणं ऐकून हसू येतंय तुम्हाला, पण शिक्षक असून मी विनोद करू शकतो, हे आलं ना तुमच्या लक्षात? पुन्हा चहाला बोलवताना याची नोंद घ्या."

"जरूर! जरूर! बरं वाटलं बाई! अहो, असे किती प्रोफेसर पाहिलेत ना की, त्यांना हसवण्यासाठी डॉक्टरांना बोलवावं लागतं!"

"वा! वा! तुम्ही आमच्याच पंथातील दिसताय! मग आता विषयाला हात घालायला हरकत नाही."

"माझ्या पतींच्या आयुष्यात त्यांची लॅबरेटरि हीच एकमात्र आनंदाची गोष्ट होती, हे माहीतच असेल तुम्हाला. मला मुलगा नाही म्हणून लॅबरेटरि चालवायला मुलगा शोधतेय. रेवती भट्टाचार्यांचं नाव कानावर आलंय."

"अगदी योग्य मुलगा! आणि त्यानं जी लाइन निवडलीय ना, तिचं शिखर गाठायचं झालं, तर मालमसाला बराच लागेल."

"माझ्या पैशाला गंज चढतोय. माझ्या वयाच्या विधवा देवांच्या दलालांना दलाली देऊन परलोकाच्या दाराला फट पाडून घेऊ पाहतात. आपल्याला ऐकून कदाचित राग येईल, पण माझा अशा गोष्टींवर अजिबात विश्वास नाही."

"मग कशाला मानता तुम्ही?" डोळे मोठे करत चौधरींनी विचारलं.

"माणसासारखा माणूस मिळाला, तर सगळं ऋण फेडीन. अर्थात

माझ्या ऐपतीनुसार. हाच माझा धर्म.''

''हुरें! पाषाण पाण्यावर तरंगतोय! सुदैवानं बायकांमध्येही काहींना बुद्धी असते तर! नाहीतर आमचा बी.एस्सी. झालेला मूर्ख! परवा पाहिलं गुरूच्या पायाला हात लावून उलट्या कोलांट्या मारायला सुरुवात. शेवरीच्या कापसासारखी मेंदूतून बुद्धी चाललीय उडत. मग काय, घरातल्या लॅबरेटरितच बसवणार का तुम्ही त्याला? दुसरीकडे कुठं नाही?''

''चौधरीमोशाय, अहो, मी एक बाईमाणूस! या लॅबरेटरितच माझ्या पतींनी साधना केली. त्यांच्या वेदीवर दिवा लावण्यासाठी एखाद्या योग्य माणसाला ठेवलं तर ते कुठं का असेनात, खूश होतीलच.''

''बाय जोव्ह! आता कुठं बाईमाणसाचं बोलणं ऐकायला मिळालं. ऐकून बरंच वाटलं. मात्र एक लक्षात ठेवा की, रेवतीला शेवटपर्यंत मदत करणार असाल, तर लाखाच्या पुढे जाईल.''

''गेले तरी माझ्यापाशी किरकोळ काही राहीलच.''

''पण परलोकात गेलेल्या ज्या माणसाला खूश करू पाहताय, त्याची मिजास तर जाणार नाही ना? त्यांना वाटलं तर ते मानगुटीवर बसून छळतात, असं ऐकलंय म्हणून म्हणतो!''

''आपण वर्तमानपत्र वाचता ना? माणूस गेला की, पानंच्या पानं भरून त्याची स्तुती करतात. त्या गेलेल्या माणसाच्या औदार्यावर भरवसा ठेवण्यात काही चूक नाही. जो पैसा जमवतो, तो त्याच्याबरोबर पापही जमवतो. पापाची थैली झाडून हलकी केली नाहीतर माझा उपयोग काय! जाऊ द्या! मला पैशांची गरज नाही.''

प्राध्यापक आवेगानं म्हणाले, ''तुम्हाला काय म्हणू! खाणीतून शुद्ध सोनंच निघतं. त्यात दुसरं काही मिसळलेलं असलं, तरी सोनं शुद्धच असतं. तुम्ही त्या सोन्यासारख्याच आहात. फक्त रूप बदललंय! आता सांगा मी काय करायला हवं?''

''या मुलाला राजी करा.''

''प्रयत्न करतो, पण हे काम वाटतं तेवढं सोपं नाही. दुसरा कुणी असता, तर तुमचं दान उड्या मारत घेतलं असतं.''

''मग अडतंय कुठं?''

''लहानपणापासून एक स्त्रीग्रह बसलाय त्याच्या पत्रिकेत. त्या

निर्बुद्धानं त्याचा रस्ता कायमचा अडवून ठेवलाय.''

''काय म्हणता! पुरुष माणूस –''

''हे बघा, मिसेस मल्लिक रागवायचं तरी कुणावर? मेट्रिआर्कल म्हणजे मातृसत्तात्मक समाज म्हणजे काय, हे तुम्हाला माहीत आहेच. त्या समाजात बायका पुरुषांपेक्षा वरचढ असतात. ती द्राविडियन संस्कृती. एके काळी बंगालमध्येही होतीच.''

सोहिनी म्हणाली, ''गेले ते दिवस! कदाचित तळात खळबळ माजत असेल; कधी-कधी बुद्धीलाही ती गोंधळून टाकत असेल; पण सुकाणू असतं, पुरुषांच्या हातात. तेच कानात मंत्र पुटपुटतात आणि तेच तुटेल इतक्या जोरात कान पिळतात.''

''ओ हो! बोलण्यात हार जाणार नाही तुम्ही! तुमच्यासारख्या बायकांचं युग आलंच, तर मेट्रिआर्कल समाजात मी बसेन धोब्याला दिलेल्या साड्यांची यादी सांभाळत आणि आमच्या कॉलेजच्या प्रिन्सिपलना पाठवून देईन भात सडायला. मानसशास्त्राच्या मते, बंगालमध्ये मेट्रिआर्कि बाहेर नाहीतर रक्तातच भिनलेली आहे. दुसऱ्या कुठल्या देशातील पुरुष 'मा', 'मा' असं हंबरताना ऐकलंय का? आता तुम्हाला सांगूनच टाकतो. रेवतीच्या बुद्धिमत्तेवर ठाण मांडून बसलीय एक बाई.''

''कुणावर प्रेम आहे का त्याचं?''

''अहो, ते असतं तरी चाललं असतं. त्याच्यात थोडीतरी धुगधुगी आहे, हे तरी कळलं असतं. हे वयच आहे ना बुद्धी बाजूला ठेवून एखादीच्या नादी लागायचं. पण तो बिचारा एका जप करणारीच्या हातातील माळेतील एक मणी होऊन बसलाय. कोणीही वाचवू शकत नाही त्याला. ना तारुण्य, ना बुद्धी, ना विज्ञान.''

''ठीक आहे. एकदा त्याला चहाला घेऊन याल का? आमचं घर त्याला अशुद्ध तर नाही ना वाटायचं? चहा घेईल ना तो?''

''का नाही घ्यायचा? आणि त्यानं तसं काही केलंच, तर त्याला मारून मुटकून असा शुद्ध करेन की ब्राह्मणपणाचा एवढासुद्धा डाग राहणार नाही त्याच्या डोक्यात. पण एक विचारू का? तुम्हाला एक सुंदर मुलगी आहे ना?''

''हो आणि मेली सुंदरही आहे. मग काय करावं बरं?''

''नाही, नाही. माझ्याबद्दल गैरसमज करून घेऊ नका. माझं म्हणाल

तर सुंदर मुली मला आवडतातच. तो माझा कमकुवतपणाच आहे. पण त्याचे नातेवाईक आहेत अरसिक. एकदम घाबरून जातील ते.’’

‘‘घाबरायचं काही कारण नाही. मी आमच्या जातीतच मुलींला देईन.’’

हे अगदी खोटं होतं.

‘‘तुम्ही स्वत: तर जातीबाहेर लग्न केलंत.’’

‘‘त्यामुळे नाकी नऊ आले. संपत्ती मिळवण्यासाठी किती दावे करावे लागले आणि ते जिंकण्यासाठी काय-काय करावं लागलं, ते सांगण्याची सोय नाही.’’

‘‘ऐकलंय थोडंफार! विरुद्ध पक्षाच्या आर्टिकल क्लार्कबरोबर तुमचं नाव घेत होते. दावा जिंकून तुम्ही मोकळ्या झालात आणि तो निघाला होता, आत्महत्या करायला.’’

‘‘मग युगानुयुगं बायका जगल्या त्या कशा! फसवायलाही बरंच कौशल्य लागतं. युद्धासारखे डावपेच लढवावे लागतात. पण त्यात थोडं प्रेम, थोडा गोडवाही मिसळावा लागतो. बाईमाणसाची लढायची ही स्वाभाविक रीतच आहे.’’

‘‘आता पाहा! पुन्हा तुम्ही गैरसमज करून घेतलात. आम्ही सायन्सवाले जज्ज नाही. मनुष्य स्वभावाचे खेळ आम्ही आपले तटस्थपणे बघतो. या खेळाचं काही ना काही फळ मिळतंच. तुमच्या वेळी अगदी तुमच्या मनासारखं झालं. मी म्हटलंसुद्धा की, धन्य आहे या बाईची! असंही मनात आलं की मी प्रोफेसर होतो, ते बरंच झालं. नशीब की आर्टिकल क्लार्क नव्हतो. मर्क्युरि सूर्यापासून एवढा दूर आहे म्हणून तर वाचलाय. हे साधं गणित आहे. त्यात बरं-वाईट काहीनाही. तुम्हाला हे कळतंय असं दिसतंय.’’

‘‘हो! कळतंय! ग्रह गुरुत्वाकर्षण मानतातही आणि टाळतातही. हे खरंच शिकण्यासारखं आहे.’’

‘‘आणखी एक गोष्ट कबूल करतो. आता तुमच्याशी बोलता-बोलता एक हिशेब केला मनाशी. तोही आकड्यांचा! समजा, माझं वय कमीतकमी दहा वर्षांनी कमी असतं, तर आज उगाचच संकटात सापडलो असतो. थोडक्यात टक्कर चुकली. तरीही हृदयात तुफान उठलंय. जरा विचार करून बघा! ही सगळी सृष्टी म्हणजे आकड्यांच्या

हिशेबाचा खेळ आहे.'' एवढं बोलून, दोन्ही मांड्या थोपटत चौधरी मोठ्यानं हसले. त्यांना भेटण्यापूर्वी दोन तास रंगरंगोटी करून सोहिनीनं सृष्टीच्या निर्मात्यालाही पुरं ठकवून आपलं वय लपवलं होतं, हे काही चौधरीमहाशयांच्या लक्षात आलं नव्हतं.

दुसऱ्या दिवशी प्राध्यापक येऊन बघतात तर सोहिनी एका हडकुळ्या, सगळे केस गळलेल्या कुत्र्याला अंघोळ घालून, टॉवेलनं त्याचं अंग पुसतेय.

चौधरींनी विचारलं, ''या भिकार कुत्र्याचे एवढे लाड का?''

''त्याचा जीव वाचवलाय म्हणून. गाडीखाली सापडून पाय मोडला होता. मी बँडेज बांधून त्याला बरं केलं. आता त्याच्या जीवात माझाही शेअर आहे.''

''रोज-रोज या घाणेरड्या कुत्र्याला पाहून उदास नाही वाटत?''

''तो कसा आहे हे पाहायला ठेवलं नाही त्याला. मरता-मरता तो वाचलाय हेच पाहायला बरं वाटतं. मी त्याच्या रोजच्या गरजा भागवते म्हणून मला धर्मकर्म करण्यासाठी बकऱ्याच्या गळ्याला दोरी बांधून कालीतलाकडे धावावं लागत नाही. तुमच्या बाइऑलॉजिच्या लॅबरेटरितील लुळ्यापांगळ्या कुत्र्यांसाठी आणि सशांसाठी एक हॉस्पिटल काढायचं ठरवलंय मी.''

''मिसेस मल्लिक, तुमची जसजशी ओळख होतेय, तसतसे आश्चर्याचे धक्के बसताहेत.''

''आणखी ओळख झाल्यावर असं काही व्हायचं नाही. रेवतीबाबूंची बातमी द्या आता. तुम्ही तसं कबूल केलं होतंत.''

''खरं सांगायचं तर तो माझ्या दूरच्या नात्यातला. त्यामुळे मला त्याची सगळी माहिती आहे. रेवतीच्या जन्माच्या वेळीच त्याची आई वारली. त्याला त्याच्या आत्यानं वाढवलं. अतिशय कर्मठ बाई! एवढंसं काही झालं की, सगळ्यांना 'सळो की पळो' करायची. कुटुंबातले सगळे घाबरत. तिच्यामुळे रेवतीच्या व्यक्तिमत्त्वाची पार वाट लागली. शाळेतून यायला पाच मिनिटं उशीर झाला, तर तिची समजूत घालायला पंचवीस मिनिटं लागायची.''

सोहिनी म्हणाली, ''मी तर ऐकलंय की पुरुषांनी शिक्षा करायची आणि बायकांनी प्रेम करायचं, म्हणजे मग वजन ठीकठाक राहतं.''

''बॅलन्स सांभाळणं; हंसगामिनींच्या स्वभावातच नसतं. त्या कधी इकडे झुकतात, तर कधी तिकडे. मिसेस मल्लिक, तुम्ही नका मनावर घेऊ. पण नशिबानं या हंसगामिनींत अशाही असतात की, ज्या ताठ मानेनं सरळ चालतात. उदाहरणार्थ –''

''पुढे बोलू नका. मीही मुळात बाईमाणूसच आहे. माझ्या डोक्यात काय खूळ शिरलंय पाहताय ना! मुलगा पकडायचं खूळ. नाहीतर आपल्याला एवढा त्रास दिला नसता.''

''बघा, सारखं-सारखं असं मला नका म्हणू. आज लेक्चरची तयारी न करताच आलोय. अशी कामातील हयगय केवढी बरी वाटते म्हणून सांगू!''

''स्त्री-जातीवर आपली विशेष कृपा आहे वाटतं!''

''जराही अशक्य नाही. पण बायका-बायकांतही फरक असतो. जाऊ द्या. या विषयावर पुढे कधीतरी बोलू.''

सोहिनी हसून म्हणाली, ''या विषयावर पुढेही बोललं नाहीतरी चालेल. आता जो विषय चाललाय त्यावर बोला. रेवतीबाबूंची एवढी प्रगती झाली कशी?''

''जेवढी व्हायला पाहिजे होती, त्या मानानं काहीच झाली नाही. एकदा रिसर्चच्या कामासाठी त्याला उंच पर्वतावर जाणं भाग होतं. बद्रिकाश्रमला जायचं ठरलंही. झालं! या आत्याबाईंचीही एक म्हातारी आत्या होती. ती म्हातारी नेमकी या बद्रिकाश्रमच्या वाटेवरच मेली होती. मग काय! आत्याबाई म्हणाल्या की, मी जिवंत असेपर्यंत डोंगर-पर्वत काहीनाही. तेव्हाच अगदी मनापासून माझी एक इच्छा आहे, पण ती बोलून दाखवण्यासारखी नाही. बरं, जाऊ द्या ते!''

''पण फक्त आत्याबाईंना दोष देता यायचा नाही. हा लाडोबा कधीच मोठा होणार नाही का?''

''ते तर आधीच नाही का बोललो! मेट्रिआर्कि रक्तातच असते. घरातल्या कर्त्या बाईचा पदर धरून मागून जाणं! त्यामुळे मुलं वयानं वाढली, तरी स्वतःचा निर्णय घेऊच शकत नाहीत. आणखी काय आणि किती सांगू! ही झाली नंबर वन गोष्ट. त्यानंतर सरकारची

स्कॉलरशिप त्याला मिळाली आणि त्याचं केम्ब्रिजला जायचं नक्की ठरलं. तेव्हा हीच आत्या पुन्हा आडवी आली. रेवती मेमशी लग्न करायला चाललाय, असा तिचा पक्का समज झाला. मी म्हटलं की, केलं त्यानं मेमशी लग्न तर काय बिघडलं? झालं! मी आपलं सहज बोलून गेलो, तर या बाईची खात्रीच पटली. आत्याबाईंनी मग जाहीरच करून टाकलं की, 'रेवती विलायतेला गेला, तर मी गळ्याला दोरी आवळून जीव देईन.' कोणत्या देवाच्या कृपेनं दोरी चांगली घट्ट वळली जाईल, हे माझ्यासारख्या नास्तिकाला कळलं नाही. एकंदरीत काय, तर पाहिजे तशी दोरी बाजारात मिळाली नाही. रेवतीला मी खूप शिव्या दिल्या – स्टुपिड, डम्ब, इम्बिसील. बास्! इथंच सगळं संपलं. रेवू आता भारतीय घाणीतूनच थेंब-थेंब तेल काढतोय.''

सोहिनी अस्वस्थ झाली. ''भिंतीवर डोकं आपटून जीव द्यावासा वाटतोय. एका बाईनं रेवतीला बुडवलं. आता एक बाईच त्याला वर काढेल. हा पण आहे माझा.''

''स्पष्टच बोलतो, मॅडम! जनावरांना शिंग धरून वर काढण्यात तुम्ही अगदी पटाईत आहात. पण शेपटी धरून वर खेचण्यात पारंगत नाही आहात. आजपासून त्याची सवय करायला हवी. एक विचारतो, सायन्सबद्दल एवढा उत्साह तुमच्यात आला कुठून?''

''माझ्या यजमानांना सर्व प्रकारच्या सायन्समध्ये खूपच रस होता. बर्मा चिरूट आणि लॅबरेटरि हीच त्यांची नशा. चिरूटची सवय लावून त्यांनी मला जवळ-जवळ बर्मींच बनवून टाकलं होतं. मी चिरूट सोडला. कारण पुरुषांना ते खटकतं, हे लक्षात आलं. त्यांची आणखी एक नशा माझ्यात उतरली, ती शिक्षणाची! साधारणपणे पुरुष बायकांना फसवून आपल्या ताब्यात ठेवतात, पण त्यांनी मला शिक्षण देऊन हे साधलं. पुरुषाचे दोष बाईपासून कधीच लपून राहत नाहीत, चौधरीमोशाय! पण मला त्यांच्यात एकही दोष दिसला नाही. जवळून पाहिलं तेव्हा लक्षात आलं की, ते फार मोठे आहेत आणि दुरून पाहिल्यावर तर ते आणखीनच मोठे वाटतात.''

चौधरींनी विचारलं, ''त्यांचा सर्वांत जास्त मोठेपणा तुम्हांला कुठं जाणवला?''

''सांगू? ते विद्वान होते म्हणून नाही, विद्येवर त्यांची निष्काम भक्ती

होती म्हणून. ते या भक्तीच्या वातावरणात आणि प्रकाशात जगले. आम्हा स्त्रियांना समोर काही नसलं, तर मनापासून पूजा करता येत नाही. त्यांची लॅबरेटरि हाच माझा देव झालाय. कधीतरी तिथं धूपदीप लावावसा वाटतो. घंटा वाजवाविशी वाटते. पण त्यांच्या रागाचीही भीती वाटते. त्यांची रोजची पूजा चालायची, तेव्हा त्यांच्या यंत्रांभोवती कॉलेजचे विद्यार्थी जमायचे. त्यांच्याकडून शिकायचे. मग मीही त्यांच्यात बसायची.''

''मुलांचं सायन्समध्ये लक्ष लागायचं का?''

''ज्यांचं लागायचं त्यांनाच निवडलं जायचं. अशी मुलं पाहिलीत मी की, जी खरोखरीच संन्यासीच होती. काही मात्र पत्रं लिहून आपल्या साहित्यिक गुणांचा अभ्यास करायची. सोंग आणायची नोट घेत असल्याचं.''

''मग तेव्हा कसं वाटायचं?''

''खरं सांगू? बरं वाटायचं. यजमान कामाला निघून जायचे आणि भावुक मनं आजूबाजूला घोटाळायची.''

''मी साइकॉलॉजिचा अभ्यास करतोय, म्हणून विचारतोय. राग मानू नका. त्यांना काही मिळायचं का?''

''सांगावंसं वाटत नाही. मी वाईट बाई आहे. दोघा-चौघांशी ओळख झाली होती. त्यांची आठवण झाली की, अजूनही मनात खळबळ होते.''

''दोघं-चौघं!''

''मन फार लोभी असतं. अंगात लोभाची आग ते दडवून ठेवतं. जरा टोकलं की, आग भडकते. मी तर केव्हाच बदनाम झाले होते. खरं बोलायला मी भीत नाही. आम्ही काही आयुष्यभर तपस्विनी नसतो. खोटं प्रदर्शन करता-करता बायकांचा जीव जातो. द्रौपदी-कुंतीलाही सीता-सावित्री होऊन बसावं लागतं, चौधरीमोशाय! एक गोष्ट लक्षात ठेवा, मला लहानपणापासूनच भल्याबुऱ्याची जाण कमीच. कुणीच गुरू भेटला नाही, मला हे शिकवणारा. त्यामुळे वाईट गोष्टींकडे सहज वळले आणि सहजपणे त्यातून बाहेरही पडले. देहाला डाग लागला, पण मनाला नाही. कुणीच मला बांधून ठेवू शकलं नाही. काहीही असो, यजमानांनी जाताना त्यांच्या चितेच्या आगीनं माझी वासनाही जाळून टाकली. माझी पापं एक-एक करून जळून जाताहेत. या लॅबरेटरितच

त्या होमाचा अग्नी जळतोय.''

''ब्राव्हो! खरं बोलायला धाडस लागतं. ते आहे बुवा तुमच्यात!''

''योग्य माणसाजवळ खरं बोलणं सोपं असतं. आपण अगदी साधे आणि प्रामाणिक आहात.''

''पत्र पाठवून तुमचा प्रसाद मिळवणारी मुलं येतात का अजून तुमच्याकडे?''

''यायची ना! त्यामुळेच तर माझ्या मनातील घाण जाऊन मन स्वच्छ झालं. माझ्या चेकबुकावर डोळा ठेवून येतात, हे लक्षात आलं माझ्या. त्यांना वाटलं की बाईमाणूस आहे, मोह आवरता येणार नाही, तेव्हा प्रेमाच्या भगदाडातून त्यांचे हात पोहोचतील माझ्या तिजोरीपर्यंत. मी काही एवढी भोळसट नाही, हे त्यांना माहीत नव्हतं. माझं कोरडं पंजाबी मन. वासनेपायी समाजाच्या नीतिनियमांची पर्वा करणार नाही; पण काही झालं, तरी बेइमानी करणार नाही. माझ्या लॅबरेटरितला एकही पैसा त्यांच्या हाती लागला नाही. माझा जीव शिळा होऊन माझ्या देवाच्या खजिन्याच्या दारावर घट्ट बसलाय. तो त्यांच्याच्यानं विरघळवणं शक्यच नाही. माझी निवड करणाऱ्यानं अजिबात चूक केली नाही. अगदी बिनचूक निवड केली.''

''त्यांना माझा नमस्कार आणि ती मुलं माझ्या हातात सापडली ना, तर त्यांचे कान पिरगळ्याशिवाय राहणार नाही.''

निरोप घेण्याआधी प्राध्यापक सोहिनीबरोबर लॅबरेटरि पाहून आले. म्हणाले, ''इथंच बायकीबुद्धीचा कस लागलाय! नकली देवांची मळी खाली जाऊन बसलीय आणि शुद्ध स्पिरिट वर आलंय.''

''तुम्ही काहीही म्हणा पण मनातून भीती जात नाही. बायकीबुद्धी ही ब्रह्माची आद्य निर्मिती. जेव्हा वय कमी असतं, मनाचा जोर असतो, तेव्हा ती आडोशाला लपते. पण रक्ताची सळसळ कमी झाली की, ती पारंपरिक आत्या येते बाहेर. त्या आधीच मला मरण यावं.''

''घाबरू नका. मी सांगतो ना, तुमच्या मनासारखंच होईल!''

सोहिनीनं पांढरी साडी नेसली. केसांना लेप लावून ते काळ्याबरोबरच मधूनच पांढरे दिसतील, याची काळजी घेतली. तोंडावर सात्त्विकता

दिसेल असं पाहिलं. मुलीला घेऊन ती मोटरलाँचनं बोटॅनिकल गार्डनमध्ये हजर झाली. तिनं मुलीला मोरपंखी बनारसी साडी नेसायला लावली होती. त्यातून फिका पिवळा ब्लाउज दिसत होता. कपाळावर कुंकवाची टिकली, डोळ्यांत काजळ, मानेवर रुळणारा खोपा, पायात काळ्या चामड्यावर लाल मखमली कलाकुसर केलेले सॅन्डल्स.

सोहिनीनं आधीच सर्व माहिती काढून ठेवली होती. रेवती रविवारी चिंचेच्या झाडाखाली येऊन बसत असे. तिनं तिथंच त्याला पकडलं. त्याच्या पायावर डोकं ठेवलं. रेवती तर गडबडूनच गेला.

सोहिनी म्हणाली, ''काही वाटून घेऊ नकोस, बाबा! मी खत्री आहे आणि तू ब्राह्मण. चौधरीमोशायकडून माझ्याबद्दल ऐकलं असशील.''

''ऐकलंय. पण इथं आपण बसणार कुठं?''

''हे हिरवं कोवळं गवत आहे ना! असं आसन कुठं मिळेल! मी इथं कशाला आले, असा प्रश्न पडला असेल ना! माझ्या व्रताचं उद्यापन करायला आलेय. तुझ्यासारखा ब्राह्मण तर शोधून सापडायचा नाही!''

रेवतीनं आश्चर्यानं विचारलं, ''माझ्यासारखा ब्राह्मण?''

''नाहीतर काय! माझ्या गुरूंनी सांगितलंय की, त्या-त्या काळातील उत्तम विद्या जो प्राप्त करतो, तोच श्रेष्ठ ब्राह्मण.''

रेवती ओशाळून म्हणाला, ''माझे वडील होमहवन वगैरे करायचे. पण मला मंत्रतंत्र काही येत नाही.''

''असं कसं! तू जो मंत्र शिकलाहेस, त्यामुळेच तर सगळं जग माणसाला वश झालंय. तुला वाटेल की, ही बाई असून असं कसं बोलतेय! मला हे कळलंय पुरुषासारख्या पुरुषाकडून – माझ्या पतींकडून! वचन दे बाबा की, त्यांच्या साधनेच्या पीठस्थानाला तू भेट देशील.''

''उद्या मला सुटी आहे, तेव्हा येईन.''

''तुला झाडापाल्याचा नाद आहे, हे पाहून आनंद वाटला. झाडाझुडपांच्या शोधात माझे पती बर्माला गेले होते. मीही गेले होते त्यांच्याबरोबर.''

त्यांच्यासोबत ती गेली होती, ते सायन्सचा अभ्यास करण्यासाठी नाहीतर अतिच्या मनात मधूनमधून जे गदळ यायचं, तसंच नवऱ्याच्या मनातही येत असेल या शंकेनं. तिच्या रक्तातच संशय पक्का रुजला होता. एकदा नंदकिशोरला गंभीर आजार झाला होता, तेव्हा तो तिला

म्हणाला होताही, ''मरण्यातलं एकमात्र सुख म्हणजे तिथून तू मला शोधून परत आणणार नाहीस.'' त्यावर सोहिनी म्हणाली होती, ''पण मी बरोबर येईन तर!'' नंदकिशोर हसून म्हणाला होता, ''मग संपलंच सगळं!''

सोहिनी रेवतीला म्हणाली, ''बर्माहून येताना एक रोपटं आणलं होतं. बर्मी लोक त्याला 'क्लोयाइटानियग' म्हणतात. फार सुंदर फुलं येतात त्याला. पण काही केलं तरी ते इथं रुजलंच नाही.''

सोहिनीनं आज सकाळीच नवऱ्याची पुस्तकं चाळून हे नाव शोधून काढलं होतं. तिनं हे झाड प्रत्यक्ष पाहिलंच नव्हतं. विघ्येचं जाळं पसरून ती विद्वानाला आपल्याकडे ओढून घ्यायला पाहत होती.

रेवती अवाक् झाला. त्यानं विचारलं, ''त्याचं लॅटिन नाव माहीत आहे?''

सोहिनी अगदी सहजपणे म्हणाली, ''त्याला 'मिलेटिया' म्हणतात.'' ती पुढे म्हणाली, ''माझ्या पतीचा सहजासहजी कशावर विश्वास बसायचा नाही. पण एका बाबतीत मात्र अंधविश्वास होता. फुला-फळांत जे नैसर्गिक सौंदर्य असतं, त्याकडे विशिष्ट अवस्थेत स्त्रियांनी एकाग्रतेनं पाहिलं, तर मुलंही सुंदर होतात. या गोष्टीवर तुझा विश्वास बसेल?''

हे नंदकिशोरचं मत नव्हतंच, हे वेगळं सांगायला नकोच.

रेवती डोकं खाजवत म्हणाला, ''याला योग्य पुरावा अजून तरी मिळालेला नाही.''

सोहिनी म्हणाली, ''कमीतकमी एक पुरावा आहे आणि तोही माझ्या घरातच. माझी मुलगी एवढी देखणी झालीच कशी! वसंतातल्या नाना फुलांचा – जाऊ दे – स्वत:च पाहा म्हणजे कळेल.''

तिला पाहायला रेवती अधीर झाला. नाटकाच्या तयारीत एवढीशी खोट नव्हती.

सोहिनीनं ब्राह्मण आचाऱ्याला पुजारी बनवलं होतं. त्यानं सोवळं नेसलं होतं. कपाळावर चंदनाचा टिळा. बेलाच्या चिकात भिजवून वळलेलं जाड जानवं, शेंडीत फूल. त्याला हाक मारून सोहिनी म्हणाली, ''ठाकूर, वेळ झालीय. नीलूला बोलावून आणा.''

नीलाला तिनं लॉंचमध्येच बसवून ठेवलं होतं. तिनं हातात तबक घेऊन यायचं, असंच ठरलं होतं. म्हणजे सकाळच्या ऊन-सावलीत

तिला बऱ्याच वेळ पाहता आलं असतं.

मधल्या वेळात सोहिनीनं बारकाईनं रेवतीचं निरीक्षण केलं. रंग सावळा पण तुळतुळीत, त्यावर पिवळी झाक होती. कपाळ मोठं, केस बोटं फिरवून-फिरवून मागे वळवलेले, डोळे मोठे नव्हते; पण त्यात तेज होतं. चेहऱ्यावर इतर गोष्टींपेक्षा तेच उठून दिसत. चेहऱ्याची ठेवण बायकी होती. रेवतीसंबंधी तिनं जी माहिती गोळा केली होती, त्यात एक गोष्ट तिच्या विशेष लक्षात आली होती. त्याच्या बालमित्रांवर त्याचं जरा जास्तच प्रेम होतं. त्याच्या तोंडावरील बायकी गोडव्याचं त्याच्या मित्रांना आकर्षण वाटत असावं.

ही गोष्ट सोहिनीला खटकली. स्त्रीचं मन नांगरासारखं घट्ट धरून ठेवण्यासाठी पुरुष देखणा असण्याची मुळीच गरज नाही, असं तिचं ठाम मत होतं. बुद्धी आणि शिक्षणही गौण. खरी गरज असते, ती पौरुषाच्या मोहिनीची. ही मोहिनी बिनतारी लहरींप्रमाणे शरीरात काम करते आणि प्रकट होते, गुप्तपणे उन्मत्त वासनेच्या रूपात.

सोहिनीला आठवण आली, ती तिच्या कोवळ्या जवानीतील धुंदमत्त दिवसांची. ज्याच्याकडे ती ओढली गेली होती किंवा जो तिच्या मागे लागला होता, त्याला नव्हतं रूप की शिक्षण. त्याचं घराणंही मोठं नव्हतं. पण त्याच्यात अशी काही आग होती की, तिच्या आचेनं नकळत तिच्या तन-मनानं तो पुरुष असल्याचं मान्य केलं होतं. नीलाच्या आयुष्यातही कधीतरी असं अपरिहार्य वादळ उठल्याशिवाय राहायचं नाही, या काळजीनं ती बेचैन व्हायची. तारुण्याच्या अखेरची वर्षंच जास्त धोकादायक असतात. पण सोहिनीच्या आयुष्यातील या काळात ती पूर्णपणे गुंतून पडली होती विज्ञानाच्या अभ्यासात. नशिबानं सोहिनीचं मन स्वभावत:च सर्जनशील होतं. पण जे ज्ञान व्यक्तिनिरपेक्ष असतं, त्याची स्त्रियांना ओढ असतेच असं नाही. नीलाचं तसंच होतं. नदीच्या घाटावरून हळूहळू नीला आली. तिच्या कपाळावर आणि केसांवर ऊन पडलं होतं. बनारसी साडीवरची जर चकाकत होती. एक क्षणभरच रेवतीनं नीलाला निरखून घेतलं आणि लगेच आपली नजर खाली वळवली. लहानपणापासून त्याच्यावर असेच संस्कार झाले होते. सुंदर मुलगी म्हणजे महामायेची मनोहर लीला. पण झ्तिला आत्याबाईच्या तर्जनीनं

नेहमीच तर्जनीच्या मागे दडवून ठेवलं होतं. त्यामुळे संधी मिळताच दृष्टिसुखाचं अमृत एका घोटात प्यावं लागत असे.

मनातल्या मनात रेवतीचा धिक्कार करत सोहिनी म्हणाली, ''बघ, बाबा! एकदा तरी निरखून बघ.''

रेवतीनं चमकून नजर वर करून नीलाकडे पाहिलं.

सोहिनी म्हणाली, ''डॉक्टर ऑफ सायन्स, पाहा तर खरं! तिच्या साडीचा रंग पानाच्या रंगात कसा मिसळून गेलाय.''

रेवती संकोचत म्हणाला, ''खरंच किती सुंदर!''

सोहिनी मनात म्हणाली, 'खरंच कठीण आहे बाई!' मग पुढे म्हणाली, ''आतून पिवळा रंग डोकावतोय आणि वरून निळा. कुठलं फूल अशा रंगाचं असतं, सांग बरं!''

आता रेवतीला उत्साह आला. नीलाला त्यानं निरखून पाहिलं. मग म्हणाला, ''एक फूल आहे. पण ते वरून निळं नसतं. ब्राऊन असतं.''

''कोणतं फूल म्हणतोस?''

''मेलिना.''

''हं! आलं लक्षात. पाच पाकळ्या असतात त्याला. एक अगदी डार्क पिवळी, बाकी फिक्या.''

रेवतीला आश्चर्य वाटलं. म्हणाला, ''एवढी माहिती कशी तुम्हाला?''

सोहिनी हसून म्हणाली, ''एवढी माहिती असणं बरं नव्हे बाबा! पूजेच्या तबकाबाहेर असणारी फुलं आम्हाला परपुरुषासमान!''

तबक हातात घेऊन हळूहळू चालत नीला तिथं येऊन पोहोचली. आई म्हणाली, ''अशी पुतळ्यासारखी उभी काय राहिलीस! पाया पड.''

''राहू द्या, राहू द्या.'' रेवती गडबडला. रेवती मांडी घालून बसला होता. त्यामुळे त्याच्या पायाला हात लावण्यासाठी नीलाला चाचपडावं लागलं. रेवतीचं सर्वांग शिरशिरलं. तबकात दुर्लभ जातीच्या ऑर्किडच्या फुलांचा गुच्छ होता. रुप्याच्या थाळ्यात बदामाच्या वड्या, पिस्त्याची बर्फी, चंद्रपुली, खीर, खव्याची बर्फी, वाफवलेल्या दह्याचे चौकोनी तुकडे होते.

सोहिनी म्हणाली, ''हे सगळं नीलांनं केलंय बरं का!''

अगदी खोटं. या पक्वान्नांना आणि मिठाईला नीला हातानं किंवा

मनानं शिवलीसुद्धा नव्हती.

सोहिनीच म्हणाली, ''थोडं तोंडाला तरी लाव, बाबा! तुझ्यासाठी घरी केलंय सगळं.''

खरं तर बडोबाजारातील एका ओळखीच्या दुकानातून हे सर्व ऑर्डरप्रमाणे आणलं होतं.

रेवती हात जोडत म्हणाला, ''या वेळेला खाण्याची मला सवय नाही. चालत असेल तर घरी घेऊन जाईन.''

''ठीक आहे. आग्रह करून खायला घालणं आमच्या यांच्या नियमात बसत नव्हतं. ते म्हणायचे की माणूस काही अजगर नाही.''

सोहिनीनं टिफिन-कॅरिअरचे डबे गच्च भरले. मग ती नीलाला म्हणाली, ''पोरी, परडीत फुलं नीट लावून दे. एका प्रकारच्या फुलात दुसऱ्या प्रकारची मिसळू नकोस हं! आणि अंबाड्याभोवती तू जो रुमाल गुंडाळलायस, तो पसर फुलांच्या परडीवर.''

शास्त्रज्ञाच्या डोळ्यांत कलारसिकाची नजर उत्सुक होऊन तरळून गेली. ही गोष्ट निसर्गाच्या वजन-मापाच्या पलीकडची होती. नाना रंगांच्या फुलांत लयीत हलणारी सुंदर बोटं– रेवतीला नजर फिरवणं कठीण झालं. मधूनमधून तो नीलाच्या तोंडाकडेही पाहत होता. तिच्या चेहऱ्याच्या एका बाजूच्या केसांवर माणिक, मोती, पाचूच्या हारानं इंद्रधनुष्य रेखाटलं होतं. तर चेहऱ्याची दुसरी बाजू पिवळ्या ब्लाउजच्या लाल गळपट्टीनं उठून दिसत होती. सोहिनी डबा भरत असली तरी तिला जणू तिसरा डोळा होता. तिच्यासमोर पसरलेल्या मायाजालाकडे तिची नजर होतीच.

स्वत:च्या पतीच्या अनुभवावरून तिचं असं मत झालं होतं की विद्यासाधनेचं कुंपण घातलेलं शेत वाटेल त्या गुरांना चरण्यासाठी नसतं. पण कुंपण सगळ्यांसाठी सारखंच दाट नसतं, हे आज तिला समजून चुकलं आणि हे काही तिला बरं वाटलं नाही.

दुसऱ्या दिवशी सोहिनीनं प्राध्यापकांना बोलावून घेतलं. म्हणाली, ''स्वत:च्या कामासाठी तुम्हाला सारखं-सारखं बोलावते. कदाचित तुमच्या कामात अडचणही येत असेल.''

''काहीतरीच! उलट आणखी लवकर-लवकर बोलावत जा. गरज असली तर चांगलंच आणि नसली तर फारच चांगलं.''

''तुम्हाला तर ठाऊकच आहे, यांना यंत्रं जमवायची नशाच होती. त्या वेळी त्यांना कसलंच भान राहायचं नाही. या निरपेक्ष लोभापायी मालकालाही फसवायचे. सबंध आशियात यासारखी दुसरी लॅबरेटरि असताच कामा नये, ही जिद् त्यांच्याप्रमाणे माझीही होतीच. या जिद्दीनंच तर मला वाचवलं, नाहीतर माझं व्यभिचारी रक्त फसफसून चारी बाजूला ओसंडलं असतं. हे बघा चौधरीमोशाय, आपल्या स्वभावातील दोष नि:संकोचपणे मी ज्यांच्याजवळ बोलू शकेन, असे माझे मित्र तुम्हीच आहात! स्वत:चा डाग मोकळेपणानं पाहता आला की, माणसाला कसं हलकं-हलकं वाटतं.''

चौधरी म्हणाले, ''जे सगळं पाहू शकतात, त्यांच्यापाशी खरं लपवायची गरजच नसते. उलट अर्धवट खरं शरमिंदं करतं. मी वैज्ञानिक आहे. एखादी गोष्ट संपूर्ण पाहायची सवयच असते आमच्यासारख्यांना.''

''ते म्हणायचे माणूस प्राण पणाला लावून प्राण वाचवू पाहतो, पण तो तर वाचत नाही. मग जगण्याचा शौक भागवण्यासाठी तो जीवापेक्षा मोठी गोष्ट शोधू पाहतो. ती दुर्लभ गोष्ट त्यांना त्यांच्या लॅबरेटरित सापडली. या लॅबरेटरिला मी वाचवलं नाहीतर नवऱ्याची मारेकरी ठरेन. मला लॅबरेटरिसाठी एक त्राता हवा होता, म्हणून मी रेवतीला शोधून काढलं.''

''प्रयत्न केला?''

''केला. हातोहात फळ मिळण्याची आशा आहे. पण शेवटपर्यंत टिकणार नाही.''

''का?''

''त्याच्या आत्याबाईंच्या कानावर गेलं की, मी त्याला जवळ ओढतेय, तर अशा झडप घालून न्यायला धावत येतील! त्यांना वाटेल, मी माझ्या मुलीच्या लग्नासाठीच डाव टाकलाय.''

''मग बिघडलं कुठं? झालं तर बरंच होईल! पण तुम्ही तर म्हणाला होतात ना की जातीबाहेर मुलीचं लग्न करणार नाही म्हणून.''

''तेव्हा तुम्हाला ओळखलं नव्हतं. म्हणून खोटं बोलले. खूप इच्छा

होती. पण दिली सोडून.''

''का?''

''मला कळून चुकलंय की, या मुलीच्या हाती जे लागेल; ते धड राहणार नाही. काहीतरी धूळधाण होईलच.''

''पण ती तुमचीच मुलगी आहे.''

''माझीच आहे. म्हणून तर आतून बाहेरून चांगली ओळखते तिला.''

''पण मुलीच पुरुषाला प्रेरणा देतात, हे विसरून चालणार नाही.''

''मला सगळं ठाऊक आहे. पुरुषाला मांस दिलं तर काहीच हरकत नाही, पण मद्याची सवय घातकच आणि माझी मुलगी तर काठोकाठ भरलेला मद्याचा पेला आहे.''

''मग काय करायचं ठरवलंय?''

''पब्लिकला माझी लॅबरेटरि दान करून टाकायचं ठरवलंय.''

''तुमच्या एकुलत्या एक मुलीला बाजूला सारून?''

''मुलीला? तिला दान केलं तर कुठं रसातळाला जाईल कोण जाणे! माझ्या ट्रस्टचा प्रेसिडेण्ट करेन रेवतीला. त्याला तर आत्याबाई हरकत घेणार नाहीत. हो ना?''

''बायकांच्या हेतूंचं ज्ञान असतं, तर मग पुरुष म्हणून जन्मालाच कशाला आलो असतो! पण मला एक गोष्ट कळत नाही, त्याला जावई करायचा नसेल, तर प्रेसिडेण्ट तरी का करता?''

''फक्त यंत्र असून काय उपयोग? त्यांना चालवायला एखादं माणूस हवंच. आणखी एक, माझे पती गेल्यापासून एकही नवं यंत्र आणलेलं नाही. पैसा नाही म्हणून नाहीतर विकत घ्यायचं झालं, तर काहीतरी उद्देश असावा लागतो. रेवती म्हणे मॅग्निटिझमवर काम करतेय. त्या कामाच्या निमित्तानं यंत्रं वाढतील. किती का पैसा लागेना!''

''काय बोलू! पुरुषमाणूस असतास तर खांद्यावर घेऊन नाचलो असतो. तुमच्या पतीनं रेल्वे कंपनीचे पैसे चोरले आणि तुम्ही पुरुषाचं मन. शहाणपण निर्माण करणारं बुद्धीचं असं अद्भुत कलम कुठंच पाहिलं नव्हतं मी. माझाही सल्ला तुम्हाला आवश्यक वाटतो, हे आश्चर्यचं!''

''त्याचं कारण तुम्ही स्वच्छ आहात. बरोबर काय तेच सांगता.''

"कमालच करता! तुमच्याशी खोटं बोलून पकडला जाण्याइतका महामूर्ख मी नाही. बरं ते जाऊ द्या. पण आता ठरलंच असेल, तर सर्व यंत्रसामग्रीची यादी करायला हवी. किंमत ठरवायला हवी, चांगला वकील पाहून तुमच्या हक्काचा विचार करणं आणि नियम नक्की करणं आलंच. खूप झंझट असतं ना!"

"ही सगळी जबाबदारी तुमची हं!"

"मी नावालाच. तुमच्या म्हणण्याप्रमाणेच सगळं होईल, हे मला चांगलं माहीत आहे. तुम्हाला दोन वेळा भेटता येईल, हाच माझा फायदा. मला तुमच्याबद्दल काय वाटतं ते माहीत नाही तुम्हाला!"

सोहिनी पटकन उठली आणि एक हात चौधरींच्या गळ्याभोवती टाकून तिने झटकन त्यांचं चुंबन घेतलं आणि चटकन सभ्य माणसासारखी पुन्हा खुर्चीवर जाऊन बसली.

"बाप रे! सर्वनाशाची सुरुवात झाली वाटतं."

"तशी थोडी जरी भीती असती, तरी जवळसुद्धा गेले नसते. मधून-मधून हा वाटा तुम्हाला मिळणारच."

"खरं सांगताय?"

"हो अगदी खरं! त्यात माझं काही खर्च होत नाही आणि तुम्हाला फार काही मिळतंय, असं तुमच्याकडे पाहून वाटत नाही."

"वठलेल्या झाडावर सुतारपक्ष्यानं टोचे मारण्यासारखं आहे हे, असंच म्हणायचं आहे का तुम्हाला? बरं, मी जातोच आता वकिलाकडे."

"उद्या एकदा इकडे याल?"

"का? कशासाठी?"

"रेवतीच्या मनाची तयारी करायला."

"आणि स्वत:चं मन हरवून बसायला."

"मन काय तुम्हाला एकट्यालाच आहे?"

"तुमच्या मनाचं काही शिल्लक आहे का?"

"आहे बरंच उष्टं!"

"त्यावर बच्याच माकडांना नाचवता येईल."

दुसऱ्या दिवशी रेवती ठरलेल्या वेळेच्या वीस मिनिटं आधीच

आला सोहिनी तयार नव्हती. घरातल्या कपड्यांतच ती लॅबरेटरित आली. रेवतीच्या लक्षात त्याची चूक आली. म्हणाला, ''माझं घड्याळ बिघडलंय वाटतं!'' सोहिनीनं एकाच शब्दात उत्तर दिलं, ''नक्कीच!'' तेवढ्यात कसल्या तरी आवाजानं चमकून रेवतीनं दाराकडे पाहिलं. काचेच्या कपाटाच्या किल्ल्या घेऊन सुखन नावाचा नोकर दारात उभा होता. सोहिनीनं विचारलं, ''एक कप चहा चालेल ना?'' रेवतीनं विचार केला की हो म्हणणंच योग्य. तो म्हणाला, ''काही हरकत नाही.''

खरंतर रेवतीला चहाची सवय नव्हती. सर्दी झालीय असं वाटलं की, बेलाची पानं उकळवून ते पाणी तो प्यायचा. मनातून त्याला विश्वास वाटत होता की, चहा घेऊन नीलाच येईल.

सोहिनीनं विचारलं, ''तुला कडक चहा लागतो का?''

फसकन त्याच्या तोंडातून होकार गेला. त्याला वाटलं की, त्या प्रश्नाला 'हो' म्हणण्याचा रिवाज असावा. चहा आला. तो कडक होता, यात शंकाच नव्हती. शाईसारखा रंग, कडुलिंबासारखा कडू. चहा आणला तो मुसलमान खानसामानं. हे सगळं त्याची परीक्षा घेण्यासाठीच होतं. रेवती नकार द्यायला धजावला नाही. त्याचा हा संकोच सोहिनीला पसंत पडला नाही. ती खानसामाला म्हणाली, ''चहा ओत ना, मुबारक! गार झालाय बघ.''

खानसामाच्या हातून चहा घेण्यासाठी रेवती वीस मिनिटं आधी आला नव्हता. रेवतीनं ज्या खेदानं चहाचा घोट घेतला, तो एक देवाला माहीत होता आणि दुसरा सोहिनीला. काही झालं तरी, ती बाईमाणूस होती. त्याची फजिती पाहून ती म्हणाली, ''राहू दे तो चहा. दूध देते. त्याच्याबरोबर फळं खा. सकाळी लवकर आला आहेस. काही खाणं झालेलं दिसत नाही.''

गोष्ट अगदी खरी होती. रेवतीला वाटलं होतं की, बोटॅनिकलचीच पुनरावृत्ती आज होईल. पण त्यातलं एवढंसुद्धा घडलं नाही. तोंड कडू झालं चहानं आणि मन अपेक्षाभंगानं!

तेवढ्यात तिथं प्राध्यापक हजर झाले. आल्याआल्याच रेवतीच्या पाठीत धपाटा घालत म्हणाले, ''काय रे, काय झालं? एवढंसं तोंड झालंय आणि गुणी लहान मुलासारखा दूध पितो आहेस. तुझ्या आजूबाजूला जे आहे, ते काय लहान मुलांचं खेळण्यांचं दुकान आहे

होय? ज्यांना डोळे आहेत त्यांनाच दिसेल की, इथं महाकालाचे चेले येतात तांडवनृत्य करायला.''

''ओ हो! कशाला बोलता त्याला! आज सकाळी न खाताच बाहेर पडलाय तो. आला तेव्हा तोंड कसं सुकून गेलं होतं.''

''वा रे, आत्याबाई नंबर दोन! एक एका गालावर थप्पड मारेल, तर दुसरी दुसऱ्या गालाचा मुका घेईल. मधल्यामधे मुलगा जाणार वाया ढेकळासारखा. खरी गोष्ट काय आहे माहीत आहे का? लक्ष्मी जेव्हा आपल्या इच्छेनं येते, तेव्हा दिसत नाही; पण जे तिला जगभर शोधत हिंडतात, त्यांनाच ती सापडते. इच्छा नसताना मिळणं, हे न मिळण्यासारखंच आहे. अच्छा, मला सांगा मिसेस – ते मिसेस, मिसेस नकोच – मी तुम्हाला सोहिनीच म्हणेन – मग ते तुम्हाला आवडो वा न आवडो!''

''जळ्ळं मेलं! राग कशाला येईल. खुशाल म्हणा मला सोहिनी. शुही म्हटलंत तर आणखी गोड वाटेल.''

''आता मनातली गोष्ट स्पष्टच बोलतो. तुमच्या या 'सोहिनी' नावाशी अगदी जुळणारा आणखी एक शब्द आहे. अर्थ फार सुंदर आहे त्या शब्दाचा. सकाळी उठताच हे दोन शब्द माझ्या मनात खंजिरी वाजवायला लागतात.''

''केमिस्ट्रीच्या रिसर्चमध्ये काही गोष्टी मिसळून पाहायची सवय असेल ना तुम्हाला? हा त्याचाच परिणाम.''

''असं मिश्रण करताना बरेच जण मरतातही. फार घोळ घालणं बरं नव्हे! फार ज्वालाग्राही असतात काही गोष्टी.'' असं म्हणून ते 'होऽ होऽऽ' करत मोठ्यानं हसले. ''नाही. या मुलासमोर अशा विषयावर बोलायला नको. दारूगोळ्याच्या कारखान्यात त्यानं अजूनपर्यंत उमेदवारी केलेली नाही. आत्याबाईंनी आपल्या पदराखाली सांभाळून ठेवलंय त्याला आणि त्यांचा पदर नॉनकम्बस्टिबल आहे.''

रेवतीचं बायकी तोंड लाल झालं.

''सोहिनी, आज काय तू त्याला सकाळीच अफू खायला घातली आहेस का? हा असा मलूल का झालाय?''

''खायला दिली असेल तर ती नकळत.''

''रेवू, उठ – उठ म्हणतोय ना! बायकांपुढे असं लाजायचं नसतं.

लाजण्यानं त्यांची धिटाई आणखीनच वाढते. बायका रोगाप्रमाणे, पुरुषांचा कमकुवतपणा शोधत असतात. एवढंसं काही सापडलं की, हाऽऽ हाऽ म्हणता ताप चढवून देतात. मला माहीत आहे ना हे! म्हणून सगळ्या तरुण मंडळींना सावध करावं लागतं. माझ्याप्रमाणे ज्यांना घाव बसलाय, पण जे मेले नाहीत, त्यांच्याकडूनच धडे घ्यायला हवेत. रेवू, काही मनावर घेऊ नकोस, बाबा! जे बोलत नाहीत, गप्प बसतात, तेच सगळ्यांत भयंकर असतात. चल तुला एकदा सगळं दाखवतो. हे बघ, अगदी नव्या प्रकारचे दोन गॅल्व्हनॉमिटर आणि हा व्हॅक्युम पम्प. तो माइक्रोफोटोमिटर. ही फक्त परीक्षा पास होण्याची साधनं नाहीत बरं! ठिय्या देऊन बसायला हवं. मग बघच, तो तुझा टकल्या प्रोफेसर, नाव नाही घेत मी, कसं तोंड काळं होतं ते! तू माझ्यापाशी शिकायला लागलास तेव्हा मी म्हटलं नव्हतं का की तुझं भविष्य स्पष्ट दिसतंय, दुर्लक्ष करून ते वाया घालवू नकोस. तुझ्या आत्मचरित्रातील पहिल्या प्रकरणाच्या एका कोपऱ्यात बारीक टाइपमध्ये जरी माझं नाव आलं, तरी ही माझी मोठी गुरुदक्षिणा ठरेल.''

पाहता-पाहता त्याच्यातला शास्त्रज्ञ जागा झाला. डोळे चमकायला लागले. चेहरा एकदम बदलला. भारावून जाऊन सोहिनी म्हणाली, ''तुला जे ओळखतात, ते तुझ्याकडून फार मोठ्या शोधाची अपेक्षा करतात – ज्याचं महत्त्व कायमचं असेल अशा संशोधनाची – पण अपेक्षा जेवढी मोठी, तेवढा आतला आणि बाहेरचा त्रासही मोठा, अडचणी खूप.''

प्राध्यापकांनी रेवूच्या पाठीत परत एकदा जोराचा धपाटा मारला. त्याच्या पाठीची हाडं खिळखिळी झाली. चौधरी त्यांच्या भरदार आवाजात म्हणाले, ''हे बघ रेवू, महान भविष्याचं वाहन पाहिजे ऐरावत. पण कद्रू वर्तमान त्या ऐरावताला बैलगाडीला जोडतो. तो निश्चेष्ट होऊन पडतो मातीत. सोहिनी, शुही ऐकलंय का – नाही, नाही, भिऊ नकोस. धपाटा नाही मारणार. खरंच सांग, मी व्यवस्थित मुद्दा मांडला ना?''

''फारच छान!''

''डायरीत लिहून ठेवायला हवा.''

''नक्की ठेवेन!''

''रेवी, तुला मला काय म्हणायचंय ते कळलं ना?''

''बहुतेक.''

''लक्षात ठेव. मस्त प्रतिभेची जबाबदारीही मस्त असते. ती काही कुणाची एकाची नसते. शाश्वताशी ती बांधलेली असते. ऐकलंस ना, शुही? कसं वाटलं माझं बोलणं?''

''फारच छान! पूर्वीसारखा एखादा राजा असता, तर गळ्यातील माळ काढून....''

''ते तर सगळे संपले, पण –''

''हा पण संपणार नाही. राहील बरं लक्षात.''

रेवती म्हणाला, ''घाबरायचं कारण नाही. कशानंही मी खचणार नाही.'' तो सोहिनीच्या पायाला हात लावून नमस्कार करायला लागला. तिनं त्याला अडवलं.

चौधरी म्हणाले, ''अरे, का थांबवलंस त्याला! पुण्यकर्म न करणं पापच. पण पुण्यकर्म करणाऱ्याला अडवणं त्याहून मोठं पाप.''

सोहिनी म्हणाली, ''तुला नमस्कार करायचाच असेल तर यांना कर.'' तिनं चौथऱ्यावर बसवलेल्या नंदकिशोरच्या पुतळ्याकडे बोट दाखवलं. दिवा तेवत होता. समोर फुलांनी भरलेलं तबक होतं. ती पुढे म्हणाली, ''पातक्याच्या उद्धाराच्या गोष्टी पुराणात वाचल्या होत्या. पण माझा उद्धार या महापुरुषानं केला. त्यांना खूप खाली उतरावं लागलं खरं, पण अखेर त्यांनी मला वर काढलं. त्यांच्या शेजारी मला जागा मिळाली, असं खोटं मी नाही बोलायची. पण त्यांच्या... पायापाशी नक्कीच. माणसाचा उद्धार शिक्षणातून होतो. ही दीक्षा मला देऊन गेले ते. मला सांगून गेले की, लेक-जावयाचा अहंकार फुलवण्यासाठी त्यांनी खणून काढलेली रत्नं उकिरड्यावर फेकू नकोस. इथं मी माझी आणि माझ्या देशाची मुक्ती ठेवून जातोय.''

प्राध्यापक म्हणाले, ''ऐकलंस ना रेवू! या संपत्तीचा ट्रस्ट करायचा. तू त्याचा मुख्य.''

रेवती गडबडला आणि म्हणाला, ''ट्रस्टची जबाबदारी घेण्यास मी लायक नाही. मला नाही जमायचं.''

सोहिनी म्हणाली, ''नाही जमायचं? शी! हे काय पुरुषासारखं बोलणं झालं!''

रेवती म्हणाला, ''मी आत्तापर्यंत शिकतच आलोय. अशी जबाबदारी

मी कधीच उचललेली नाही.''

चौधरी म्हणाले, ''अंड्यातून बाहेर आल्याखेरीज बदक पोहत नाहीच. आज तू अंड्यातून बाहेर येशील.''

सोहिनी म्हणाली, ''घाबरू नकोस. मी आहेच!''

रेवती निर्धास्त झाला आणि समाधानानं तिथून निघून गेला.

सोहिनी काही वेळ प्राध्यापकांच्या तोंडाकडे पाहत राहिली. चौधरी म्हणाले, ''जगात अनेक प्रकारचे मूर्ख असतात आणि या सगळ्या मूर्खांचा शिरोमणी म्हणजे पुरुष. पण एक गोष्ट लक्षात ठेवायला हवी. जबाबदारी अंगावर पडल्याशिवाय जबाबदारी पेलण्याची ताकद माणसात येत नाही. दोन हात मिळालेत म्हणून माणूस; माणूस होतो. त्याऐवजी खूर मिळाले, तर त्यांच्याबरोबर हलणारी शेपटी आपोआप उगवते. तुला रेवतीच्या हाताऐवजी खूर दिसतात का?''

''मला काही हे बरं दिसत नाही! एका बाईनं वाढवलेला पुरुष... त्याचे दुधाचे दात कधी पडतच नाहीत! नशीब माझं! अहो, तुम्ही असताना मी दुसऱ्या कुणाचा विचार केलाच का!''

''फार बरं वाटलं हे ऐकून! आता माझ्यात काय गुण आहेत, ते तरी समजू दे!''

''तुम्हाला एवढासुद्धा लोभ नाही.''

''हे फारच झालं हं! लोभ करण्यासारखी गोष्ट असेल, तर लोभ नाही करायचा? आपण तर करतो बाबा!''

त्यांना पुढे काही बोलू न देता त्यांच्या दोन्ही गालांचे चुंबन घेऊन सोहिनी बाजूला झाली.

''सोहिनी, ही जमा कोणत्या खात्यावर?''

''तुमच्या ऋणाची परतफेड शक्य नाही. त्याच्यावरचं व्याज चुकतं केलं.''

''पहिल्या दिवशी एक, आज दोन. हे असंच वाढत जाणार का?''

''चक्रवाढ व्याजाप्रमाणे वाढेल बरं!''

चौधरी म्हणाले, ''सोहिनी, तुझ्या यजमानांच्या श्राद्धाला अखेर मला भटजी बनवलंस की! बाप रे! ही जबाबदारी काय कमी आहे!

शोधूनही ज्याचं अस्तित्व सापडणं शक्य नाही त्याला खूश करायचं! ही काय परंपरेनं चालत आलेली दान-दक्षिणा नाही जी –''

''तुम्ही रीतसर भटजी नाही. तुम्ही ठरवाल तीच प्रथा! दानाची व्यवस्था करून ठेवली आहे की नाही?''

''काही दिवसांपासून हेच तर काम करतोय – बाजारात काही कमी खेपा घातल्या नाहीत! खालच्या मोठ्या खोलीत सगळी दानाची सामग्री जमवून ठेवलीय. इहलोकात राहणाऱ्या आत्म्यांनी हे आत्मसात केलं, तर त्यांच्या खुशीला पारावार राहणार नाही हे नक्की!''

चौधरींबरोबर खाली जाऊन सोहिनीनं पाहिलं तर विद्यार्थ्यांसाठी तऱ्हेतऱ्हेची यंत्रं, मॉडेल्स, किमती पुस्तकं, माइक्रोस्कोपच्या निरनिराळ्या स्लाइड्स आणि अनेक बायॉलॉजिकल नमुने व्यवस्थित मांडून ठेवले होते. प्रत्येकावर नाव आणि पत्ता लिहिलेले कार्ड! त्या शिवाय अडीचशे विद्यार्थ्यांसाठी वर्षाच्या शिष्यवृत्तीचे चेक तयार होते. खर्चात अजिबात काटकसर केलेली नव्हती. मोठ्या धनिकांच्या श्राद्धात ब्राह्मणांना जे दान दिलं जातं, त्यापेक्षा कितीतरी जास्त खर्च इथं केला होता; पण तो दिसून येणारा नव्हता.

''भटजींची दक्षिणा तर यात धरलेली दिसत नाही.''

''तुझी खुशी हीच माझी दक्षिणा!''

''माझ्या खुशीबरोबर तुमच्यासाठी ठेवलाय हा क्रॉनॉमिटर. यांनी जर्मनीहून खरेदी केला होता. सतत त्यांच्या रिसर्चला लागायचा ना!''

''मला बोलायला शब्दच सुचत नाहीत. खोटं कशाला बोलू! भटजींचं काम सार्थकी लागलं!''

''आणखी एकीला मला विसरून चालणार नाही – आमच्या माणिकची विधवा!''

''हा कुठला माणिक?''

''आमच्या लॅबरेटरिचा मुख्य मेकॅनिक. त्याच्या हातात जादूच होती म्हणा ना! अगदी बारीक कामही तो अतिशय शिताफीनं करायचा. यंत्रातील खाचाखोचा समजून घ्याव्यात तर त्यानंच! म्हणूनच माझे यजमान त्याला अगदी मित्रासारखे वागवायचे. मोठमोठ्या कारखान्यात गाडीनं घेऊन जायचे त्याला. पण तो दारुड्या होता, म्हणून त्यांच्या हाताखालचे लोक व्यसनी म्हणून त्याचा तिरस्कार करायचे. माझे

यजमान मात्र त्याची बाजू घेऊन म्हणायचे की, तो फार गुणी आहे. असे गुण शोधून सापडणार नाहीत आणि कमावताही यायचे नाहीत. ते माणिकला फार मानायचे. आता कळेल तुम्हाला की, त्यांनी मला अखेरपर्यंत का मान दिला! माझ्यात त्यांना जो गुण आढळला, त्यापुढे त्यांना माझ्यातले दोष अगदी किरकोळ वाटले. माझ्यासारख्या खातेऱ्यातून आणलेल्या बाईवर त्यांनी ज्या-ज्या बाबतीत पूर्णपणे विश्वास ठेवला, त्या-त्या बाबतीतील त्यांच्या विश्वासाला मी जरासुद्धा तडा जाऊ दिला नाही. आजही जिवाच्या आकांतानं तो सांभाळतेय. असा विश्वास आणखी कुणाकडूनही त्यांना नाही मिळाला. माझ्यातला कमीपणा त्यांना कधी दिसलाच नाही. पण माझ्यातल्या मोठेपणाला त्यांनी नेहमीच दाद दिली. माझी खरी किंमत त्यांनी ओळखली नसती, तर मी पार रसातळाला गेले असते बघा! मी फार वाईट आहे. पण मी खूप चांगलीही आहे, हे मला सांगितलंच पाहिजे. नाहीतर त्यांनी मला जवळ केलंच नसतं.''

''हे बघ सोहिनी, तू फार चांगली आहेस हे मला सुरुवातीलाच कळलं होतं, हे अभिमानानं सांगतो. अग, सवंग चांगुलपणा असता, तर शिंतोडे उडाल्यावरही पुसला गेला नसता.''

''जाऊ द्या, झालं! लोक मला काही का म्हणेनात, त्यांनी मला जो मान दिलाय तो आजपर्यंत टिकून आहे आणि शेवटपर्यंत राहील.''

''सोहिनी, जसजशी तुझी ओळख होतेय, तसतसं माझ्या लक्षात येतंय की, तू नवऱ्याचं नाव ऐकताच विरघळून जाणाऱ्या बायकांच्या जातीची नाहीस.''

''नाही, मुळीच नाही. त्यांच्यातील शक्तीची मला जाण होती. पहिल्या दिवसापासूनच मला कळून चुकलं होतं की, ते 'माणूस' आहेत. मी शास्त्रानुसार पतिव्रता व्हायला निघाले नव्हते. जरा बढाई मारूनच सांगते की, माझ्यातलं रत्न त्यांच्या कंठहारातच शोभून दिसणारं होतं – आणखी कुणाच्या नव्हे!''

तेवढ्यात नीला तिथं आली आणि म्हणाली, ''प्राध्यापकमोशाय, गैरसमज करून घेऊ नका; पण मला जरा आईशी बोलायचंय.''

''मा, गैरसमज कसला! आणि मी तर निघतोय. लॅबरेटरित रेवतीचं काम कसं चाललंय पाहून येतो.''

नीला म्हणाली, ''काळजी नको. काम चांगलं चाललंय. मी कधी-कधी खिडकीतून डोकावून पाहते ना – ते मान खाली घालून लिहीत असतात, नोट्स काढत असतात, तर कधी पेन तोंडात धरून विचार करत असतात. मला तिथं जायला बंदी आहे ना! उगाच आइझॅकचं ग्रॅव्हिटेशन डिस्टर्ब व्हायला नको! त्या दिवशी आई कुणालातरी सांगत होती की, ते मॉग्निटिझमवर काम करताहेत – म्हणून जवळ कुणी गेल्यास काटा हलतो... विशेष करून मुली.''

चौधरी मोठ्यानं हसले, ''मा, लॅबरेटरि आत असते बरं! मॉग्निटिझमचं काम तिथं सुरू असतंच. काटा हलवून सोडणाऱ्यांपासून सावध राहायलाच हवं. दिशाभ्रम व्हायचा! येतो मी.''

नीला आईला म्हणाली, ''अजून किती दिवस मला तू तुझ्या पदराखाली ठेवणार आहेस? फार दिवस हे जमायचं नाही आणि मग वाईट वाटेल तुला.''

''तुला करायचं आहे तरी काय, सांग बरं!''

''तुला तर ठाऊक आहेच की, मुलींसाठी Higher Study Movement उघडलीय. तू त्यासाठी बरेच पैसेही दिले आहेस. तिथं मला का जाऊ देत नाहीस?''

''तू वाट चुकशील अशी भीती वाटते मला.''

''म्हणून माझ्या सगळ्याच वाटा बंद करणं हा बरोबर मार्ग आहे का?''

''तसं नाही, हे मला ठाऊक आहे आणि म्हणून तर मला काळजी वाटते.''

''आता तू काळजी करण्याचं सोडून दे. मला माझी काळजी घेऊ दे. हे तर तुला करावंच लागेल. कारण मी आता काही कुक्कुलं बाळ नाही. तुझ्या मते सर्व पब्लिक ठिकाणी माणसांची सतत जा-ये असते आणि तेच धोक्याचं असतं. पण तुझ्यासाठी दुनिया काही स्वस्थ बसून राहणार नाही. या लोकांपासून मला एकदम दूर ठेवेल असा कायदा करणं, तर तुझ्या हातात नाही.''

''ठाऊक आहे. सगळं ठाऊक आहे. भीती बाळगल्यानं भीतीचं कारण दूर होत नाही. मग काय तू त्यांच्या हायर स्टडि सर्कलमध्ये भरती व्हायचं म्हणतेस?''

''हो, तसंच.''

''ठीक आहे. तसंच करू. तिथल्या पुरुष प्राध्यापकांना एकेक करून जहान्नममध्ये पाठवशील, हे जाणून आहे मी! पण एक वचन दे, काही झालं तरी रेवतीजवळ फिरकायचं नाही. काहीतरी सबब सांगून त्याच्या लॅबरेटरित घुसायचं नाही.''

''तू मला समजतेस तरी काय! तुझ्या त्या ओठ पिळले तर दूध निघेल, अशा आइझ्ॅक न्यूटनच्या मागे लागण्याइतकी माझी आवड खालच्या दर्जाची नाही. मेले तरी बेहत्तर, पण त्याच्या मागे जाणार नाही!''

रेवतीला संकोच वाटल्यावर तो अंगाची जशी हालचाल करायचा, तसंच अंग हलवत नीला म्हणाली, ''अशा स्टाइलचा पुरुष... नको ग बाई! ज्या बायकांना मोठ्या मुलांना वाढवायला आवडतं, त्यांच्यासाठीच राहू दे त्याला. तो माझी शिकार नाहीय.''

''नीला, फार बडबड करते आहेस! मला म्हणूनच भीती वाटतेय. जे बोलते आहेस ना, ते मनापासून बोलत नाहीस असं वाटतं! जाऊ दे. तुला त्याच्याबद्दल काहीही वाटो, पण त्याचं मातेरं केलंस तर माझ्याशी गाठ आहे, हे लक्षात ठेव.''

''तुझं मनच कळत नाही बघ! त्याच्याशी माझं लग्न करायला निघाली होतीस. मला बाहुलीसारखं सजवून नेलं होतंस. ते कशासाठी, हे काही मला कळत नव्हतं! म्हणून का तू मला त्याच्यापासून दूर ठेवू पाहते आहेस? हो, ओळख झाली तर माझं पितळ उघडं पडायचं!''

''हे बघ नीला, मी तुला सांगून ठेवते की, त्याच्याशी तुझं लग्न होणं शक्य नाही, अजिबात नाही.''

''मग मी मोतीगडच्या राजकुमाराशी लग्न केलं तर?''

''तुझ्या मनात असेल तर कर.''

''फार सोईचं होईल. त्याची आधीच तीन लग्नं झालीत. त्यामुळे माझ्यावर फारसा भार पडणार नाही. त्यातून तो पिऊन नाइट-क्लबमध्ये झोकांड्या खातो. म्हणजे माझी बराच वेळ सुटकाच सुटका!''

''ठीक आहे, तेच बरं! पण रेवतीशी तुझं लग्न होऊ देणार नाही.''

''का? तुला काय वाटतं की, तुझ्या आइझ्ॅक न्यूटनच्या बुद्धीचे तीनतेरा वाजतील?''

"मला वाद नको. जे सांगितलंय ते लक्षात ठेव."

"त्यानंच लोचटपणा केला तर?"

"तर त्याला इथून जावं लागेल – तुलाच त्याला जेवायला घालावं लागेल. तुझ्या बापाच्या पैशांतील एक कवडीही त्याला मिळायची नाही."

"बाप रे! मग सर आइझ्ॉक न्यूटनला इथूनच नमस्कार!"

त्या दिवशीच्या नाटकाचा अंक इथंच संपला.

"चौधरीमोशाय, बाकी सगळं ठीक चाललंय, पण या मुलीची काळजी मला शांत बसू देत नाही. तिचा इरादा काय आहे, काही कळतच नाही."

"बाकीच्यांचा इरादा काय आहे, तेही बघायला हवं. काय झालंय की, सगळीकडे कंडी पिकलीय की, तुझ्या यजमानांनी लॅंबच्या जपणुकीसाठी प्रचंड पैसा ठेवलाय. प्रत्येक जण पैशांचा आकडा वाढवून सांगतोय. आता राज्य आणि राजकन्या यावरून बाजारात जुगार सुरू झालाय."

"राजकन्या कवडीमोलानं विकली जाईल, पण माझ्या जिवात जीव असेपर्यंत राज्य स्वस्तात विकलं जाणार नाही."

"पण लोक जमायला लागलेत. त्या दिवशी अचानक आमच्या प्राध्यापक मजुमदारांची भेट झाली. नीलाचा हात धरून सिनेमा हॉलमधून बाहेर पडले. मला पाहिलं आणि मान खाली घातली. हा पोरगा मोठ्या-मोठ्या विषयांवर भाषणं ठोकत फिरत असतो. देशाच्या भल्यासाठी पोपटपंची करत असतो. पण त्या दिवशी त्याची मान खाली गेली आणि मला स्वदेशाची चिंता वाटायला लागली."

"लगाम सैल होतोय."

"होतोय नाही, झालाय. आता या बिचाऱ्यालाच सगळं सांभाळायला हवं!"

"मजुमदार जाऊ दे खड्ड्यात! मला भीती आहे ती रेवतीची."

चौधरी म्हणाले, "सध्या काळजी नाही. कामात अगदी गढून गेलाय. फार चांगलं काम करतोय."

"चौधरीमोशाय, तो कितीही उस्ताद साएन्टिस्ट असला, तरी तुम्ही

ज्याला मॅट्रिआर्कि म्हणता ना, त्यात तो कमालीचा अनाडी आहे आणि इथंच तर मोठा धोका आहे.''

''ते बरोबर आहे. त्याला एकदाही लस टोचलेली नाही. एकदा का संसर्ग झाला तर आवरणं कठीण!''

''तुम्हाला रोज त्याला बघून जायला हवं.''

''त्यानं कुठून संसर्ग आणला नाही म्हणजे मिळवली. शेवटी या वयात माझंच मरण ओढवायचं. घाबरू नकोस, बाईमाणूस असलीस तरी विनोद समजतो, अशी आशा करतो. मी एपिडेमिकला केव्हाच पार केलंय. आता स्पर्श झाला, तरी संसर्ग होत नाही. पण एक अडचण आलीय. परवा मला गुजरनवालाला जायचंय.''

''ही... ही थट्टाच का? बाईमाणसावर जरा दया करावी.''

''नाही, नाही, थट्टा नाही. माझा मित्र अमूल्य आडी तिथला डॉक्टर होता. वीस-पंचवीस वर्ष प्रॅक्टिस केली. काही प्रॉपर्टी पण केली. थोडाफार पैसाही जमवला. अचानक हार्टफेलनं गेला – बायको-मुलांना मागे ठेवून! कर्जबिर्ज असेल तर ते फेडून आणि जमीनजुमला विकून त्याच्या बायको-मुलांना आणायला हवं. किती दिवस लागतील सांगता येत नाही.''

''असं असल्यावर काही बोलायलाच नको.''

''या दुनियेत कशावरच काही बोलायचं नसतं, सोहिनी! जे व्हायचंय ते होऊ दे, असं निर्धास्तपणे बोल. नियतीला मानणारे काही चूक करत नाहीत. आम्ही साएन्टिस्टही म्हणतोच की, अटळ टाळणं अशक्य! तेव्हा करता येईल तेवढं कर आणि जेव्हा काही तुझ्याकडून होणार नाही तेव्हा म्हण 'पुरे'!''

''अच्छा! हेच बरोबर!''

''ज्या मजुमदाराबद्दल मी मघाशी बोललो, तो काही फारसा डेंजरस नाही. बाकी सगळे आपली प्रतिष्ठा वाचवण्यासाठी त्याला आपल्या ग्रुपकडे खेचतात. आणखीही काहींबद्दल ऐकलंय. चाणक्याच्या मते त्यांच्यापासून चारच हात नव्हे, तर शंभर हात दूर राहिलं तरी काळजीचं कारण असतं. हे आणखी काही या प्रकारचे आहेत. त्यांचा अटर्नी आहे बंकुबिहारी. त्याला जवळ करणं म्हणजे ऑक्टोपसला कवटाळणं! श्रीमंत विधवांचं गरम रक्त या लोकांना आवडतं,लक्षात ठेव. काही करता येण्यासारखं

असेल, तर कर आणि सगळ्यात शेवटी... माझी फिलॉसॉफी विसरू नकोस.''

''चौधरीमोशाय, राहू द्या तुमची फिलॉसॉफी! माझी लॅबरेटरि भलत्याच कुणाच्या हाती पडली, तर तुमची नियतीही मानणार नाही की, कार्यकारणभावाची दुर्दम्य मीमांसाही मानणार नाही. मी पंजाबची आहे. माझ्या हातात कृपण असणं, स्वाभाविक गोष्ट आहे. मी खून करायला मागे-पुढे पाहायची नाही – मग ती माझी पोटची मुलगी असो की, 'जावई'पदाचा उमेदवार!''

तिच्या साडीच्या आत कमरपट्टा होता. त्यात अडकवलेली कट्यार तिनं झरकन् बाहेर काढली. म्हणाली, ''त्यांनी माझी निवड केली होती. मी बंगाली नाही – प्रेमासाठी डोळे गाळून मुळुमुळु रडणारी. प्रेमासाठी जीव देईन आणि जीव घेईनही. माझी लॅबरेटरि आणि माझं काळीज यांच्यामध्ये आहे ही कट्यार!''

चौधरी म्हणाले, ''एके काळी मी कविता करत असे. आज पुन्हा कविता करेन, असं वाटतंय.''

''कविता करायची असेल तर करा, पण तुमची फिलॉसॉफी मागे घ्या. जे पटण्यासारखं नाही, ते मी कधीच मानणार नाही. एकटी लढेन आणि अभिमानानं म्हणेन की जिंकेन! जिंकेन! जिंकेनच!''

''ब्राव्हो! मागे घेतली मी माझी फिलॉसॉफी! आजपासून तुझ्या जययात्रेतील ढोल पिटणार. सध्या काही दिवसांसाठी निरोप घेतोय. लवकरच परत येईन.''

आश्चर्याची गोष्ट म्हणजे सोहिनीचे डोळे भरून आले. ''काही मनावर घेऊ नका.'' असं म्हणून ती चौधरींच्या गळ्यात पडली. ''या दुनियेत कुठलंच बंधन टिकत नाही. हेही क्षणभरासाठीच!'' असं म्हणत तिने प्राध्यापकांचे पाय धरले.

वर्तमानपत्रं ज्याला 'परिस्थिती' म्हणतात, ती अचानक उद्भवते आणि येते ती अनेक घटनांना घेऊन. जीवन-कहाणी ही सुखदुःखात विलंबित गतीनंच सरकते. अखेरच्या पर्वात अचानक धक्का बसतो आणि सर्व चक्काचूर होऊन शांत होतं. परमेश्वर त्याची कहाणी हळूहळू

घडवत नेतो, पण तिचा चुराडा करतो एका घावात!

सोहिनीची आजी अंबाल्याला राहत होती. तिच्याकडून तार आली, 'भेट व्हावी असं वाटत असेल, तर ताबडतोब ये.'

सोहिनीला आपलं म्हणावं अशी फक्त ही आजीच होती. या आजीकडूनच नंदकिशोरनं सोहिनीला विकत घेतलं होतं.

नीलाला तिची आई म्हणाली, "तूही चल माझ्याबरोबर."

नीलानं उत्तर दिलं, "काही झालं तरी, ते नाही जमायचं."

"का? का नाही जमायचं?"

"माझा सत्कार करायचं घाटतंय ना त्यांचं!"

"त्यांचं म्हणजे कुणाचं?"

"जगानी क्लबच्या मेम्बर्संचं. घाबरू नकोस. सगळी सभ्य माणसं आहेत. मेम्बर्संची यादी बघितलीस की येईल, तुझ्या लक्षात. निवडक लोक आहेत."

"तुमचा मतलब तरी काय आहे?"

"स्पष्ट सांगणं अवघड आहे. उद्देश नावातच दडलाय. या नावामागे आध्यात्मिक, साहित्यिक, आर्टिस्टिक हे सगळंच आहे आणि या सगळ्याचा विचार गंभीरपणे होतो. नवकुमारबाबूंनी फार चांगला खुलासा केला. तुझ्याकडून मदत घ्यायची असं ठरवलंय."

"पण माझ्याकडून घ्यायचं होतं ते, ते घेऊन चुकलेत. तू तर सोळा आणे त्यांची झाली आहेस आणि एवढंच मी देऊ शकते. याहून जास्त नाही. मला जे नको आहे, तेच त्यांनी घेतलंय! आता माझ्याकडून आणखी काहीही मिळणार नाही."

"मा, कशाला एवढी रागावतेस! अग, ते निरपेक्षपणे देशाचं भलं करायला पाहताहेत."

"बरं, राहू दे ती चर्चा! तुझ्या मित्रमंडळींकडून तुला कळलंच असेल की, तू आता पूर्ण स्वतंत्र झाली आहेस!"

"हो! कळलंय!"

"तुझ्या नवऱ्याच्या वाटणीचा पैसा, तू तुझ्या मनाप्रमाणे खर्च करू शकतेस. हे त्या निःस्वार्थी माणसांनी तुला सांगितलं असेलच."

"हो! सांगितलंय!"

"तू विलच्या प्रोबेटसाठी कोर्टात जाणार आहेस, असं कानावर

आलंय. खरं आहे का हे?''

"हो. खरंय. माझे सॉलिसिटर आहेत बंकूबाबू!''

"त्यांनी तुला आणखीही काही सल्ला दिलाय, आशाही दाखवलीय.''

नीला गप्प बसून राहिली.

"माझ्या भानगडीत जर ते पडले, तर मी त्यांना सरळ केल्याशिवाय सोडणार नाही. कायद्यानं करता आलं नाही, तर बेकायदेशीरपणे करेन. परत येताना मी पेशावरला जाणार आहे. माझी लॅबरेटरि मी चार शीख शिपायांवर सोपवून जातेय आणि जाताना तुला सांगून जातेय की, मी पंजाबची आहे.'' असं म्हणून तिनं कमरेची कट्यार बाहेर काढली. "ही कट्यार माझ्या मुलीला ओळखत नाही की तिच्या सॉलिसिटरला! हिला विसरू नकोस. परत आल्यावर हिशेब पुरा करायची वेळ आली, तर तो मी पुरा केल्याशिवाय राहणार नाही.''

लॅबरेटरिच्या चारी बाजूला बरीच मोकळी जमीन होती. ती मुद्दामच मोकळी ठेवली होती. त्यामुळे लॅबरेटरित कुठलाही बाहेरचा आवाज व्यत्यय आणत नसे. त्यामुळे रेवती एकाग्र होऊन काम करत असे. हल्ली तो साधारणपणे रात्री काम करत बसायचा.

खालच्या घड्याळानं दोन ठोके दिले. क्षणभरासाठी रेवतीनं खिडकीतून दिसणाऱ्या आकाशाकडे नजर टाकली. त्याच्या डोक्यात कामाचेच विचार घोळत होते. तेवढ्यात भिंतीवर एक सावली पडली. निरखून पाहताच लक्षात आलं की, नीला आत आलीय. तिनं रात्री घालायचा तलम ड्रेस घातला होता. रेवती दचकलाच. तो उठण्याआधीच नीला त्याच्या मांडीवर बसली आणि तिनं त्याला मिठी मारली. रेवती थरथर कापायला लागला. त्याची छाती धडधडायला लागली. श्वास कोंडला. कसाबसा तो फिसफिसला, "तू जा इथून! आधी जा!''

"का?'' नीलाचा प्रश्न.

"मला हे सहन होत नाही. का आलीस तू इथं?''

त्याला घट्ट आवळत नीलानं विचारलं, "का? तू माझ्यावर प्रेम करत नाहीस का?''

"करतो! करतो! करतो! पण तू जा इथून.''

तेवढ्यात एक पंजाबी शिपाई तिथं आला आणि हेटाळणीच्या स्वरात म्हणाला, ''माईजी, बहुत शरम की बात है। आप बाहर चला जाइये।''

रेवतीनं नकळत अलार्म बेलचा खटका दाबला होता. पंजाबी रेवतीला म्हणाला, ''बाबूजी, बेइमानी मत करो।''

रेवतीनं नीलाला जोरात ढकललं आणि तो उठून उभा राहिला. तो शिपाई नीलाला म्हणाला, ''आप बाहर चला जाइये। नहीं तो मनिब को हुकूम तामिल करेगा।''

याचा अर्थ, जबरदस्तीनं बाहेर काढेन. नीला जाता-जाता म्हणाली, ''ऐकलं का सर आइझॅक न्यूटन! – उद्या आमच्याकडे चहाला या. बरोबर चार वाजून पंचेचाळीसला. ऐकलं ना? बेशुद्ध तर नाही झालात.'' असं म्हणत तिनं त्याच्याकडे वळून पाहिलं.

''ऐकलं.'' भरल्या आवाजात उत्तर आलं.

रात्रीच्या तलम कपड्यात नीलाचा सुडौल देह एखाद्या सुंदर शिल्पाप्रमाणे दिसत होता. रेवतीला त्यावरून नजर वळवणं जमलं नाही. नीला निघून गेली. रेवती टेबलावर डोकं टेकवून बसून राहिला. एवढ्या अद्भुत सौंदर्याची त्यानं कधी कल्पनाही केली नव्हती. अचानक झालेला विजेचा वर्षाव त्याच्या नसानसांतून अग्निप्रवाहाच्या रूपात वाहायला लागला होता. मुठी घट्ट आवळून रेवती स्वतःशीच बोलायला लागला, 'उद्या चहाला जायचं नाही.' तो प्रतिज्ञा करायचा प्रयत्न करत होता खरा, पण त्याच्या तोंडातून चकार शब्द फुटत नव्हता. समोरच्या ब्लॉटिंग पेपरवर त्यानं लिहिलं, 'जायचं नाही, जायचं नाही, जायचं नाही.' तेवढ्यात त्याची नजर टेबलावर पडलेल्या लालभडक रुमालाकडे गेली. त्या रुमालाच्या एका कोपऱ्यावर नाव होतं 'नीला.' त्यानं तो रुमाल आपल्या तोंडावर दाबून धरला. वासानं त्याचं डोकं भणभणलं. त्याच्या रोमारोमांत एक धुंदी सरसरून गेली.

त्याच दरम्यान नीला पुन्हा तिथं आली आणि म्हणाली, ''एक काम विसरूनच गेले होते.''

शिपाई तिला अडवू लागताच नीला म्हणाली, ''घाबरू नका. मी काही चोरी करणार नाही. फक्त एक सही हवी.'' मग रेवतीला उद्देशून म्हणाली, ''तुमचं नाव झालंय सगळीकडे. म्हणून जगानी क्लबचे

प्रेसिडेण्ट करणार आहेत तुम्हाला.''

अत्यंत संकोचानं रेवती म्हणाला, ''मला तर त्या क्लबची काहीच माहिती नाही.''

''त्याची काही गरज नाही. बजेन्द्रबाबू त्याचे पॅट्रन आहेत, एवढं माहीत असलं म्हणजे झालं.''

''मी तर बजेन्द्रबाबूंना ओळखत नाही.''

''ते मेट्रोपॉलिटन बँकेचे डायरेक्टर आहेत. एवढं लक्षात ठेवलं तरी पुरे! माझ्या गुणी बाळा, आता सही कर बरं!'' असं म्हणून तिनं तिचा उजवा हात त्याच्या खांद्यावर ठेवला आणि नंतर त्याचा हात धरत म्हणाली, ''हं, सही करा!''

स्वप्नात असल्याप्रमाणे त्यानं सही केली.

कागद घेऊन नीला जाण्यासाठी वळताच शिपाई तिला अडवत म्हणाला, ''तो कागद मला पाहायला हवा.''

''ते तुम्हाला समजणार नाही.'' नीला म्हणाली.

''समजायला हवंच असं नाही.'' असं म्हणून त्यानं तो कागद तिच्याकडून हिसकावून घेतला आणि फाडून फेकून दिला. ''काय कागदपत्रं करायची असतील ती बाहेर जाऊन करा. इथं नको.''

रेवतीनं मनातल्या मनात सुटकेचा निःश्वास टाकला. शिपाई नीलाला म्हणाला, ''माजी, आता चला. तुम्हाला घरी पोहोचवून देतो.'' तो तिला घेऊनच गेला.

काही वेळानं शिपाई परत आला. रेवतीला म्हणाला, ''मी सगळी दारं बंद करून ठेवतो. तिला तुम्हीच दार उघडलं.''

त्याच्या या आरोपानं रेवती शरमिंदा झाला. केवढा हा अपमान! तो पुन्हा-पुन्हा सांगायला लागला की, त्यानं दार उघडलं नाही.

''मग ती आत आली कशी?''

तेही खरंच! रेवतीतला संशोधक शोध घ्यायला लागला तेव्हा त्याला दिसलं की, रस्त्याकडच्या मोठ्या खिडकीची कडी दिवसा कुणीतरी हळूच काढून ठेवली होती.

शिपायाची खात्री होती की, रेवती एक साधाभोळा माणूस आहे. त्याचं डोकं फक्त अभ्यासातच आहे. तो अजिबात धूर्त नाही. शेवटी कपाळाला हात लावत शिपाई बडबडला, ''औरत! ही लबाडी देवानं

तिला जन्मापासूनच बहाल केलीय बरं!''

त्यानंतर पहाटेपर्यंत रेवती घोकत राहिला, 'चहाला जायचं नाही... जायचं नाही.''

पक्ष्यांची किलबिल सुरू होताच रेवती घरी निघून गेला.

दुसऱ्या दिवशी अगदी वेळेवर रेवती चहाला हजर झाला. त्याला वाटलं होतं की, त्यालाच फक्त बोलावलं असेल. त्याच्याकडे फॅशनेबल कपडे नव्हते. तो शर्ट आणि धोतर अशा पोशाखातच आला होता. कपडे मात्र परीटघडीचे होते. अंगावर व्यवस्थित घडी केलेली चादर! येऊन पाहतो तर बागेत सगळे जमले होते. ते सगळे त्याला अनोळखी होते. सगळ्यांनी उत्तम कपडे घातले होते. त्याचं तोंड एकदम उतरलं. तोंड कुठं लपवावं तेच त्याला कळेना. तो एका कोपऱ्यात बसायला जाताच सगळे एकदम उठून उभे राहिले, "या या डॉक्टर भट्टाचार्य! अहो, इथं आहे तुमची जागा.''

सगळ्यांच्या मधे एक उंच पाठ असलेली मखमली खुर्ची ठेवली होती. आज तोच सगळ्यांचं 'लक्ष्य' आहे, हे समजायला त्याला वेळ लागला नाही. नीलानं त्याच्या कपाळावर चंदनाचा टिळा लावला आणि गळ्यात हार घातला. त्याला 'जगानी क्लब'चा अध्यक्ष करण्याचा ठराव बजेन्द्रबाबूंनी मांडला. बंकूबाबूंनी त्यास अनुमोदन देताच टाळ्यांचा कडकडाट झाला. साहित्यिक हरदासबाबूंनी डॉक्टर भट्टाचार्यांच्या आंतरराष्ट्रीय प्रसिद्धीची सविस्तर माहिती दिली, "रेवतीबाबू नामक शिडात वारा भरताच आपल्या जगानी क्लबचं तारू पाश्श्चात्त्य महासागराच्या घाटाला लागेल.''

सभेचे संयोजक वार्ताहरांच्या कानात फिसफिसले, "रिपोर्टमधून कोणतीही उपमा वगळली जाता कामा नये.''

"इतक्या काळानंतर डॉक्टर भट्टाचार्यांनी सायन्सचा झेंडा उंच उभारून भारतमातेचा गौरव केला आहे.'' असं जेव्हा एकेक वक्ता बोलायला लागला, तेव्हा रेवतीची छाती अभिमानानं फुगली. सभासदांच्या विश्वात आपण मध्यभागी प्रकाशत आहोत, असं त्याला वाटलं. 'जगानी क्लब'बद्दल जे आरोप कानावर आले होते, त्याचं त्यानं मनातल्या

मनात खंडन केलं. ''रेवतीबाबू नावाचं अभयकवच आज या क्लबच्या गळ्यात बांधलं गेलंय. त्यावरून या क्लबचं ध्येय किती उच्च आहे, याची कल्पना यावी.'' असं जेव्हा हरिदासबाबू म्हणाले, तेव्हा रेवतीला त्याच्या नावाभोवतीचं वलय आणि नावामुळे येणारी जबाबदारी यांची तीव्रतेनं जाणीव झाली. त्याचा संकोच गळून पडला. तिथं जमलेल्या स्त्रिया तोंडातील सिगरेट बाजूला सारून त्याच्या खुर्चीवर ओणावून गोड हसून त्याचा ऑटोग्राफ घ्यायला लागल्या तेव्हा त्याला वाटलं की, इतके दिवस आपण स्वप्नात होतो. आता स्वप्नाचा कोष फोडून फुलपाखरू बाहेर आलं आहे.

एकेक करून सगळ्यांनी निरोप घेतला. नीलानं रेवतीचा हात घट्ट धरून ठेवला होता. ती त्याला म्हणाली, ''तुम्ही मात्र इतक्यात जायचं नाही.''

तिनं त्याच्या देहात उकळतं मद्यच ओतलं जणू!

दिवस मावळत होता. लताकुंजात हिरवा प्रदोषाचा अंधकार उतरू लागला होता.

बाकावर दोघं बसले होते. स्वत:च्या हातावर रेवतीचा हात ठेवत नीला म्हणाली, ''डॉक्टर भट्टाचार्य, पुरुषमाणूस असून तुम्ही भिता, ते का?''

''भितो? कधीच नाही.'' रेवती गर्वानं म्हणाला.

''माझ्या आईला तुम्ही भीत नाही?''

''भिईन कशाला! मला त्यांच्याबद्दल आदर वाटतो.''

''आणि मला?''

''नक्कीच भितो.''

''फारच चांगलं! माझी आई म्हणते की, काही झालं तरी ती तुमच्याशी माझं लग्न होऊ देणार नाही. तसं झालं तर मी आत्महत्या करेन.''

''मी कुठलाही अडसर मानणार नाही. आपलं लग्न होणार म्हणजे होणारच.''

त्याच्या खांद्यावर डोकं टेकवून नीला म्हणाली, ''मला तुम्ही किती आवडता, हे कदाचित तुम्हाला ठाऊक नसेल.''

नीलाला छातीशी आवळत रेवती म्हणाला, ''तुला माझ्यापासून

हिरावून घेईल अशी कोणतीच शक्ती या जगात नाही.''

''आणि जात?''

''उडत गेली जात!''

''तर मग रजिस्टारला उद्याच नोटीस द्यायला हवी.''

''उद्याच देईन नक्की!''

रेवतीमधला पुरुष जागा व्हायला लागला होता.

परिणामही लगोलग दिसायला लागला.

सोहिनीच्या आजीला पक्षाघाताचा झटका आला होता. तिची अखेर जवळ आली होती. ती सोहिनीला सोडायला तयार नव्हती. या संधीचा फायदा घेऊन, नीलाचं उन्मत्त तारुण्य चुळबुळ करायला लागलं होतं.

विद्वत्तेच्या ओझ्याखाली रेवतीचं पौरुष फिकं पडलं होतं. नीलाला तो अजिबात पसंत नव्हता, पण त्याच्याशी लग्न करणं निर्धोक होतं. लग्नानंतर तिच्या उच्छृंखल जगण्याला आडकाठी करण्याची रेवतीची हिंमत नव्हती. फक्त एवढंच नाही, तर संपत्ती म्हणून लॅबरेटरिची किंमत प्रचंड होती. तिच्या हितचिंतकांच्या मते लॅबरेटरिचा भार उचलण्यास रेवतीपेक्षा योग्य माणूस दुसरा कुणी नव्हता. सोहिनी काही झालं तरी रेवतीला सोडणार नाही, असं बुद्धिमान लोकांना वाटत होतं.

इकडे सहकाऱ्यांच्या धिक्काराला न डगमगता तोंड देऊन, जगानी क्लबचं अध्यक्षपद स्वीकारल्याची बातमी रेवतीनं वर्तमानपत्रात दिली. नीला जेव्हा-जेव्हा म्हणायची, ''घाबरता वाटतं!'' तेव्हा-तेव्हा तो जोरात सांगायचा, ''मी नाही केअर करत.'' आपल्या पुरुषार्थाबद्दल कुणाला तीळमात्र संशय येता कामा नये, या एकाच जिद्दीनं त्याला पछाडलं होतं. तो म्हणायचा की, ''एडिंग्टनबरोबर माझा पत्रव्यवहार सुरू आहे. एक दिवस या क्लबमध्ये मी त्यांना बोलवीनच.'' हे त्याचं बोलणं ऐकून क्लबच्या मेंबर्सना धन्य-धन्य वाटायचं.

रेवतीचं लॅबरेटरितील काम थांबलं होतं. त्याचं संशोधनावरचं लक्ष साफ उडालं होतं. आता त्याच्या मनात केवळ नीलाचेच विचार असत. ती केव्हा येईल, अचानक मागून येऊन त्याचे डोळे केव्हा मिटेल, खुर्चीच्या हातावर बसून त्याच्या गळ्यात केव्हा हात टाकेल, याकडेच त्याचं लक्ष असे. तो मनाची खोटीच समजूत घालायचा की त्याच्या कामात जो व्यत्यय आलाय, तो तात्पुरता आहे. थोडं स्थिरस्थावर झालं

की, पुन्हा गाडी मार्गावर येईल. पण तसं होण्याचं लक्षण मात्र सध्या तरी दिसत नव्हतं. त्याच्या कामाचं नुकसान म्हणजे विज्ञानजगताचं नुकसान आहे आणि ते आपल्यामुळे होतंय, याची नीलाला अजिबात जाणीव नव्हती. तिला हा सगळा फार्स वाटत होता.

रेवती दिवसेंदिवस जाळ्यात गुरफटत चालला होता. जगानी क्लबनं आपले पाश त्याच्याभोवती घट्ट आवळले होते. त्यांनं त्याला पक्का पुरुष बनवला होता. अजून त्याच्या तोंडून गलिच्छ भाषा येत नव्हती. पण अश्लील भाषा ऐकली की त्याला हसू येत असे. डॉक्टर भट्टाचार्य म्हणजे त्या क्लबच्या मेंबर्सचा एक चेष्टेचा विषय झाला होता.

मधूनमधून रेवती मत्सरानं पेटून उठायचा. बँकेच्या डायरेक्टरांचा चिरूट त्यांच्या तोंडातून काढून घेऊन, नीला तोच चिरूट ओढायची. त्यांची नक्कल करणं रेवतीला जमणारं नव्हतं. चिरुटाच्या धुरानं त्याचं डोकं गरगरायला लागायचं. पण नीलानं डायरेक्टराच्या तोंडातून चिरूट काढून घेऊन ओढणं, त्याला आणखीनच त्रासदायक वाटायचं. त्या शिवाय जेव्हा अंगचटीला येण्याचा प्रकार चालत असे, तेव्हा हरकत घेतल्याशिवाय त्याला राहवत नसे. अशा वेळी नीला म्हणायची, ''या देहाचा मला अजिबात मोह नाही. मला याची काय किंमत! खरं मोल आहे ते प्रेमाला! ते काय असं वाटून टाकता येतं?'' असं म्हणून ती रेवतीचा हात घट्ट धरायची तेव्हा रेवतीला इतर दीन वाटायचे. त्याच्या मनात यायचं की, बाकीचे फोलकटावरच खूश आहेत, खरं सत्त्व त्यांना मिळालेलं नाही आणि मिळणारही नाही.

लॅबरेटरिच्या दारावर पहारा होता. आत काम अर्धवट पडलं होतं. लॅबरेटरीकडे कुणी फिरकतच नव्हतं.

ड्रॉइंगरूममधील सोफ्यावर पाय वर घेऊन कुशनवर रेलून नीला बसली होती. रेवती खाली तिच्या पायाला चिकटून बसला होता. त्याच्या हातात एक फुलस्केप होता. त्यावर काहीतरी मजकूर लिहिलेला होता.

रेवती डोकं हलवत म्हणाला, ''हा नुसता भाषेचा फुलोरा आहे. फार अतिशयोक्ती आहे. असं वाचणं मला लाजिरवाणं वाटतंय.''

''भाषेबद्दल फार समजतं तुम्हाला! हा काही केमिस्ट्रीचा फॉर्म्युला नाही. उगाच कटकट नको. पाठ करा बघू! हे आमच्या प्रमदारंजनबाबूंनी लिहिलंय. साहित्यिक आहेत ते! माहीत आहे?''

''ही मस्त सेन्टेन्सेस आणि मोठमोठे शब्द पाठ करणं फार अवघड!''

''फार अवघड म्हणे! तुमच्या कानाशी घोकून-घोकून माझं तर सगळं पाठ झालंय – माझ्या जीवनातील सर्वोत्तम शुभ क्षणी जगानी सभेनं मला अमरावतीच्या मंदारमालेनं अलंकृत केलं – ग्रँड! भीती कसली! मी तुमच्याजवळ असेनच. हळूहळू सांगत जाईन तुम्हाला.''

''मला बंगाली साहित्यातलं फारसं कळत नाही. पण या लिखाणातून माझी थट्टा केलीय, असं वाटतं. इंग्रजीत बोलायला सांगितलं तर किती सोपं होईल!

Dear friends, allow me to offer you my heartiest thanks, for the honour you have conferred upon me on behalf of the Jagani Club – the great Awakener.

एवढी दोन वाक्यं बोलली तरी पुरे –''

''ते व्हायचं नाही. तुमचं बंगाली ऐकताना खूप मजा वाटते. इथं काय लिहिलंय – हे बंगालमधील तरुणवृंद, हे स्वातंत्र्यासाठी गतिक्षम असलेल्या रथाच्या सारथ्यांनो, ज्यांनी आपल्या श्रृंखला तोडून फेकून दिल्या आहेत, त्यांना मार्गदर्शन करण्यात अग्रणी असणाऱ्यांनो – हे इंग्रजीत बोलणं कसं जमणार? हे तुमच्यासारख्या विज्ञानाच्या पंडिताकडून ऐकलं ना, तर तरुण बंगाल नागासारखा फणा काढून नाचायला लागेल. अजून वेळ गेलेली नाही. आपण दोघं मिळून वाचून टाकू या.''

जिन्यावर पावलांचा मोठ्यानं आवाज करत साहेबी पोशाखातील बँक मॅनेजरनी आपला वजनदार, प्रचंड देह कसाबसा नीला आणि रेवती बसले होते, तिथं वाहून आणला. ''नाही, नाही! हे नाही सहन होत! जेव्हा पाहावं तेव्हा तुम्ही नीलाचा ताबा घेऊन बसलेले असता! एखाद्या काटेरी कुंपणाप्रमाणे तुम्ही नीलाला आमच्यापासून दूर ठेवता! काही उद्योगधंदा नाही वाटतं!''

रेवती संकोचत म्हणाला, ''आज जरा विशेष काम होतं म्हणून....''

''काम असणारच. म्हणून तर ऑफिसला जाण्यासाठी जरा लवकर निघालो. म्हटलं, तुम्ही मेंबर्सना आमंत्रण देण्यात मग्न असाल तेव्हा

अर्धा-एक तास मोकळा मिळेल. पण इथं येऊन पाहतो, तर तुमचं काम सुरूच! कमाल आहे! काम आणि काम! काम असलं की, हे इथंच आणि नसलं तरीही! अशा हटवादी माणसाला आमच्यासारख्या कामाच्या माणसांनी तोंड घ्यायचं तरी कसं! नीली, is it fair?''

नीला म्हणाली, ''डॉक्टर भट्टाचार्यांचं चुकलंच. ते खरी गोष्ट स्पष्टपणे सांगत नाहीत. ते काम होतं असं सांगताहेत ना, ते खोटंच! खरं सांगायचं तर त्यांना इथं आल्याशिवाय राहावलं नाही म्हणून आलेत. स्वतःच्या जिद्दीच्या जोरावर माझा सगळा वेळ घेतला त्यांनी. हाच आहे बरं त्यांचा पुरुषार्थ! या 'बांगाला'पुढे तुम्हा सर्वांना हार मानावीच लागेल.''

''असं काय! मग आता आम्हालाही आमचा पुरुषार्थ दाखवायलाच हवा. या पुढे जगानी क्लबचे मेंबर्स स्त्री-हरणाबद्दल चर्चा करायला लागतील. मग पुन्हा ते पौराणिक युग अवतरेल.''

नीला म्हणाली, ''ऐकायला काय मजा वाटतेय! स्त्रीचं हरण पाणिग्रहणापेक्षा चांगलं! पण त्याची पद्धत कशी असेल?''

''दाखवून देता येईल.'' हालदार म्हणाले.

''आताच?''

''हो. आताच.'' असं म्हणत त्यांनी नीलाला उचलून घेतलं. नीला ओरडली. मग हसत हसत तिनं त्यांना मिठी मारली.

रेवतीचा चेहरा काळाठिक्कर पडला. त्याची अडचण अशी होती की, तो हालदारांचं अनुकरण करू शकत नव्हता, की त्यांना अडवूही शकत नव्हता. त्याला राग आला तो नीलाचा. ती या असभ्य गावंढळांना जवळ करतेच कशाला!

हालदार म्हणाले, ''गाडी तयार आहे. तुला डायमंड हार्बरला घेऊन जातोच. रात्रीच्या जेवणापर्यंत परत येऊ. बँकेतलं काम जाऊ दे खड्ड्यात! एक सत्कार्य करतोय. डॉक्टर भट्टाचार्यांना निवांतपणे काम करायची सोय करून देतोय. तुझ्यासारखी मोठी अडचण दूर करणंच बरं! त्यासाठी डॉक्टर मला धन्यवादच देतील.''

रेवतीनं पाहिलं की, नीला काही धडपड करत नव्हती. त्यांनी तिला खाली ठेवावं म्हणून प्रयत्न करत नव्हती. उलट त्यांच्या हातांवर आरामात विसावली होती. अतिशय लाडात येऊन तिनं त्यांच्या गळ्याला

मिठी मारली होती. जाता-जाता ती म्हणाली, ''साएन्टिस्ट साहेब, घाबरू नका. हे माझं हरण करत नाही आहेत. ही फक्त रिहर्सल आहे. लंकेत नाही चाललो आम्ही. रात्रीच्या तुमच्या पार्टीला नक्की परत येऊ.''

रेवतीनं भाषणाच्या कागदाचे तुकडे-तुकडे केले. हालदारांच्या हातातील जोर आणि अधिकाराचा मोकळाढाकळा वापर यांच्यापुढे त्याचा विद्येचा गर्व कुचकामी ठरला.

आजची रात्रीची पार्टी एका मशहूर रेस्टॉरन्टमध्ये होती. ही पार्टी रेवतीनं ठरवली होती, नीलाच्या सन्मानार्थ! सिनेमात काम करणारी एक प्रसिद्ध नटी गाणार होती. टोस्ट प्रपोज करायला उभा राहिला बंकू. रेवतीचं आणि त्याच्या बरोबरीनं नीलाचं गुणगाण चाललं होतं. जमलेल्या स्त्रिया सतत सिगरेट ओढून, आपण पूर्णपणे स्त्रिया नाही आहोत, हेच सिद्ध करत होत्या. प्रौढ तारुण्याचा मुखवटा धारण करून, आपल्या हावभावांतून, खिदळण्यातून, एकमेकींच्या अंगावर पडून, मोठमोठ्यानं बोलून, तरुणींवर मात करण्याच्या घोडदौडीत सामील झाल्या होत्या.

अचानक सोहिनी तिथं हजर झाली. तिला पाहताच सगळे स्तब्ध झाले. रेवतीकडे पाहात सोहिनी म्हणाली, ''ओळखलं नाही. डॉक्टर भट्टाचार्यच ना? खर्चासाठी पैसे मागितले होते, ते मी गेल्या शुक्रवारीच पाठवले. आता तर उघड-उघड दिसतंच आहे की, पैशांची निकड अजिबात नाही. आता इथून उठायला हवं. आज रात्रीच लॅबरेटरिची यादी बघून सगळ्या गोष्टी यादीबरहुकूम आणल्यात की नाही, ते पाहीन म्हणतेय!''

''तुमचा माझ्यावर विश्वास नाही का?''

''एवढे दिवस अविश्वास तर दाखवला नाही. पण थोडी तरी शरम उरली असेल, तर विश्वासाच्या गोष्टी न बोललेल्याच बऱ्या!''

रेवती उठत होता, पण नीलानं त्याची बाही पकडून त्याला खाली बसवलं. ती म्हणाली, ''आज त्यांनी मित्रमंडळींना बोलावलंय. सगळ्यांनी निरोप घेतल्यावरच ते इथून जातील.''

नीलानं नांगी मारली. सर आयझॅक आईचा फार लाडका होता.

त्याच्या इतका विश्वास दुसऱ्या कुणावर नव्हता, म्हणून तर इतरांना डावलून लॅबरेटरिचा सगळा भार तिनं त्याच्यावरच टाकला होता. आणखी डागण्या देण्यासाठी ती पुढे म्हणाली, ''माहीत आहे का मा, आज पासष्ट जणांना बोलावलंय? सगळे इथं मावले नाहीत म्हणून काही पलीकडच्या खोलीत बसलेत. त्यांचं हाऽहाऽ हूंऽहूंऽ ऐकलंस ना? दर माणशी पंचवीस रुपये धरलेत. ड्रिंक्स घेतली नाहीत, तरी ड्रिंक्सचे पैसे द्यावे लागलेत. रिकाम्या ग्लासचेही बरेच पैसे द्यावे लागले. दुसरं कुणी असतं, तर तोंड एवढंसं केलं असतं, पण यांचा सढळ हात पाहून बँकेचे डायरेक्टरसुद्धा थक्क झाले. सिनेमातल्या गायिकेला किती दिले ठाऊक आहे? – एका रात्रीसाठी पावणे चारशे!''

रेवतीचं काळीज पाण्याबाहेर काढलेल्या मासळीसारखं धडधड उडत होतं. तोंडाला कोरड पडली होती. त्यातून शब्द फुटणं शक्यच नव्हतं.

सोहिनीनं विचारलं, ''आजची पार्टी कशासाठी?''

''तुला माहीत नाही वाटतं! असोसिएटेड प्रेसनं जाहीर केलंय. ते जगानी क्लबचे प्रेसिडेण्ट झालेत. त्या सन्मानासाठी आहे हो ही मेजवानी! लाइफ मेंबरशिपचे सहाशे रुपये ते पुढे सवडीनं देणार आहेत.''

''त्यांना इतक्यात सवड होईल, असं नाही वाटत!''

रेवतीच्या अंत:करणात जणू स्टीम-रोलर धावत होता.

सोहिनीनं त्याला विचारलं, ''तर मग आता तुला नाही उठता येणार?''

रेवतीनं नीलाच्या तोंडाकडे पाहिलं. तिच्या कुटिल नेत्रकटाक्षानं त्याच्यातील पौरुष जागं झालं. तो म्हणाला, ''पाहुणे असताना मी जायचं म्हणजे....''

सोहिनी म्हणाली, ''ठीक आहे. मी तोपर्यंत इथंच बसते. नसिरउल्ला, तू दारापाशी थांब.''

नीला म्हणाली, ''ते नाही जमायचं, मा! आम्हाला कॉन्फिडेन्शल काही बोलायचंय. तू इथं थांबणं बरं नाही दिसायचं!''

''हे बघ नीला, तू आताच कुठं चिलाखी करायला शिकली आहेस. माझ्यावर मात करणं तुला नाही जमायचं. तुमचं कॉन्फिडेन्शल काय

आहे, ते मला समजलं नाही, असं वाटतं का तुला? सांगून ठेवते की, तुमचं जे कॉन्फिडेन्शल आहे ना, त्यासाठी मी इथं असणं गरजेचं आहे.’’

‘‘तुला कुणाकडून काय कळलंय?’’

‘‘बिळातल्या सापासारखं बातम्या काढायचं कसब पैशाच्या थैलीत लपलेलं असतं. इथं तीन कायदेतज्ज्ञ हजर आहेत आणि सगळ्याच कागदपत्रांची उलथापालथ करून, लॅबरेटरिच्या फंडात कुठं पळवाट सापडते का ते पाहायचंय त्यांना, बरोबर ना नीलू?’’

‘‘मग आता खरं ते सांगते, मा! बाबांच्या एवढ्या मोठ्या इस्टेटीत त्यांच्या मुलीचा वाटा नाही, हे बरोबर आहे का? म्हणून तर सगळ्यांना संशय –’’

सोहिनी खुर्चीवरून उठली, म्हणाली, ‘‘खरं सांगायचं तर मूळ फार पूर्वीच्या काळात आहे. तुझा बाप कोण? तू कुणाच्या इस्टेटीत वाटणी मागते आहेस? अशा माणसाची तू मुलगी आहेस, असं बोलताना तुला लाज नाही वाटत?’’

नीला एकदम उडलीच, ‘‘काय बोलतेस, मा?’’

‘‘खरं तेच बोलतेय. त्यांच्यापाशी मी काहीच लपवून ठेवलं नव्हतं. सगळं ठाऊक होतं त्यांना. माझ्याकडून त्यांना जे हवं होतं, ते सर्व मिळालं. आजही मिळेल. यापेक्षा जास्त काही नकोच होतं.’’

बॅरिस्टर घोष म्हणाले, ‘‘आपण बोलता ते प्रमाण ठरत नाही.’’

‘‘ते त्यांना ठाऊक होतं. म्हणून तर त्यांनी सर्व खुलासा करून स्टेटमेन्ट केलं आणि ते रजिस्टर्ड करून घेतलं.’’

‘‘अरे बंकू, रात्र झाली. आणखी कशाला थांबायचं! चल.’’ पेशावरीचा अवतार पाहून सगळे तिथून निसटले.

नेमक्या त्याच वेळी सूटकेस हातात घेऊन चौधरी तिथं हजर झाले. म्हणाले, ‘‘तुझी तार मिळताच धावतच यावं लागलं. काय रे रेवी बेबी, तुझं तोंड असं पार्चमेंटसारखं पांढरं का पडलंय? अरे, पोराची दुधाची वाटी कुठं गेली?’’

नीलाकडे बोट दाखवत सोहिनी म्हणाली, ‘‘जिला ठाऊक आहे, तीही इथं बसलीय!’’

‘‘मा, गवळणीचा धंदा सुरू केलास की काय?’’

''गवळ्यांना पकडायचा धंदा सुरू केलाय बरं! ही काय इथं बसलीय तिची पहिली शिकार!''

''कोण? आपला रेवी की काय?''

''या वेळी माझ्या मुलीनं माझी लॅबरेटरि वाचवली. माझ्या नाही लक्षात आलं, पण माझ्या मुलीनं बरोबर ओळखलं की, लॅबरेटरिचा मी गोठा केलाय – आणखी थोडे दिवस जाते, तर सगळं शेणात गेलं असतं.''

प्राध्यापक म्हणाले, ''मा, नीला, तू या जिवाला शोधून काढलं आहेस, तर आता याचा भार तुलाच वाहायला हवा. त्याच्याकडे सगळं आहे. फक्त डोकं नाही. तू असलीस तर ती कमतरता जाणवायची नाही. मूर्ख पुरुषांना दावणीला बांधून घुमवणं अगदी सोपं आहे.''

नीला म्हणाली, ''काय हो सर आइझॅक न्यूटन, रजिस्ट्रारच्या ऑफिसमध्ये नोटिस दिलीय. परत घ्यायचा विचार आहे की काय!''

छाती पुढे काढून रेवती म्हणाला, ''मेलो तरी नाही!''

''मग लग्न होईल एखाद्या अशुभ क्षणी!''

''हो होईल. नक्की होईल.''

सोहिनी म्हणाली, ''पण लॅबरेटरिपासून शंभर हात दूर!''

प्राध्यापक म्हणाले, ''मा नीलू, तो मूर्ख आहे, पण त्याच्यात क्षमता आहे. एकदा का धुंदी उतरली की, त्याच्या खुराकाची चिंता करण्याचं कारण नाही.''

''सर आइझॅक, तसं झालं तर तुमचा पोशाख जरा सभ्य हवा. नाहीतर तुमच्या समोर मला घुंघट घ्यावा लागेल.''

अचानक तिथल्या भिंतीवर एक सावली पडली. रेवतीच्या आत्याबाई दारात उभ्या होत्या. त्या रेवतीला म्हणाल्या, 'रेवी, चल बघू!''

रेवती तुरुतुरु चालत आत्याबाईंच्या मागून गेला. त्यानं एकदाही मागे वळून पाहिलं नाही.

◆

www.ingramcontent.com/pod-product-compliance
Lightning Source LLC
LaVergne TN
LVHW051443170726
843492LV00002B/527